Mê Cung Thật Nhiều!

David E. McAdams

Để khám phá thêm các sách khác của David E. McAdams, hãy truy cập https://www.demcadams.com/vietnamese.html.

Mục Lục

Cách Giải Mê Cung: Hướng Dẫn Thực Tế....1
1. Quy Tắc Đi Theo Tường, Quy Tắc Tay Phải Hoặc Tay Trái....1
2. Nhìn Trước và Lập Kế Hoạch....1
3. Đi Ngược Lại Từ Lối Ra....2
4. Dùng Bút Chì Thật Nhẹ Tay, Dành Cho Mê Cung Trên Giấy....2
5. Để Lại Dấu Đường, Dành Cho Mê Cung Thật....2
6. Tô Kín Các Ngõ Cụt, Cách Làm Theo Thuật Toán....3
7. Vẽ Sơ Đồ, Dành Cho Mê Cung Phức Tạp....3
Mẹo Thêm....3
Mê cung vuông dễ 9×12....4
Mê cung vuông dễ 12×15....9
Mê cung vuông trung bình 12×15....14
Mê cung vuông trung bình 20×24....19
Mê cung vuông khó 20×24....24
Mê cung vuông khó 30×37....29
Mê cung tam giác dễ 9×12....34
Mê cung tam giác dễ 12×15....39
Mê cung tam giác trung bình 12×15....44
Mê cung tam giác trung bình 20×24....49
Mê cung tam giác khó 20×24....54
Mê cung tam giác khó 30×37....59
Mê cung lục giác dễ 12×19....64
Mê cung lục giác dễ 15×23....69
Mê cung lục giác trung bình 15×23....74
Mê cung lục giác trung bình 24×39....79
Mê cung lục giác khó 24×39....84
Mê cung lục giác khó 37×59....89
Mê cung hình thoi dễ 9×12....94
Mê cung hình thoi dễ 12×15....99
Mê cung hình thoi trung bình 12×15....104
Mê cung hình thoi trung bình 20×24....109
Mê cung hình thoi khó 20×24....114
Mê cung hình thoi khó 30×37....119
Mê cung vuông vát dễ 9×12....124
Mê cung vuông vát dễ 12×15....129
Mê cung vuông vát trung bình 12×15....134
Mê cung vuông vát trung bình 20×24....139
Mê cung vuông vát khó 20×24....144

Mê cung vuông vát khó 30×37....................149
Mê cung vuông vát 2 dễ 9×12....................154
Mê cung lát gạch Cairo dễ 9×12....................159
Mê cung lát gạch Cairo dễ 12×15....................164
Mê cung lát gạch Cairo dễ 13×16....................169
Mê cung lát gạch Cairo trung bình 13×15....................174
Mê cung lát gạch Cairo trung bình 20×24....................179
Mê cung lát gạch Cairo khó 20×24....................184
Mê cung lát gạch Cairo khó 30×37....................189
Mê cung tròn khó 20×20....................194
Mê cung tròn khó 25×25....................199
Mê cung tròn khó 30×30....................204
Mê cung tròn khó 35×35....................209
Mê cung vuông tam giác dễ 9×12....................215
Mê cung vuông tam giác dễ 12×15....................220
Mê cung vuông tam giác trung bình 12×15....................225
Mê cung vuông tam giác trung bình 20×24....................230
Mê cung vuông tam giác khó 20×24....................235
Mê cung vuông tam giác khó 30×37....................240
Lời Giải....................245

Cách Giải Mê Cung: Hướng Dẫn Thực Tế

Mê cung là những câu đố được tạo nên từ các lối đi và ngõ cụt. Dù em đang giải mê cung trên giấy, đi trong mê cung bằng hàng rào cây, hay chơi một mê cung trên máy tính, mục tiêu vẫn giống nhau: tìm đường từ lối vào đến lối ra. Dưới đây là vài cách hiệu quả mà em có thể dùng:

1. Quy Tắc Đi Theo Tường, Quy Tắc Tay Phải Hoặc Tay Trái

Cách làm:

Đặt một bàn tay, tay phải hoặc tay trái, lên một bức tường ở lối vào.

Giữ bàn tay đó luôn chạm vào tường khi em đi.

Cứ đi theo bức tường, rẽ theo mỗi khi bức tường rẽ.

Khi nào nên dùng:

Cách này hiệu quả nhất trong những mê cung đơn giản, nơi các bức tường nối với nhau.

Cách này có thể không hiệu quả trong mê cung có "đảo" hoặc tường lơ lửng, tức là những phần không nối với tường ngoài.

Ưu điểm: Dễ làm, không cần ghi nhớ nhiều hay vẽ bản đồ.

Nhược điểm: Có thể mất nhiều thời gian nếu đường đúng nằm xa tường ngoài.

2. Nhìn Trước và Lập Kế Hoạch

Cách làm:

Trước khi đi tiếp, hãy nhìn trước để tìm những ngõ cụt có thể có hoặc những lối đi ngắn hơn.

Dùng các dấu hiệu em nhìn thấy để đoán xem lối nào sẽ vòng lại và lối nào có thể dẫn em đi tiếp.

Khi nào nên dùng:

Rất hữu ích cho mê cung trên giấy hoặc những mê cung mà em có thể nhìn rõ.

Ưu điểm: Có thể giúp em tránh phải quay lại và đi nhanh hơn.

Nhược điểm: Cần quan sát cẩn thận và đôi khi phải thử rồi sửa.

3. Đi Ngược Lại Từ Lối Ra

Cách làm:

Bắt đầu từ lối ra và lần theo đường ngược về lối vào.

Cách này có thể giúp em tìm ra đường đúng dễ hơn

Khi nào nên dùng:

Chỉ dùng được khi em có thể nhìn thấy toàn bộ mê cung.

Ưu điểm: Đôi khi phía lối ra có ít lựa chọn hơn, nên dễ lần đường hơn.

Nhược điểm: Trong mê cung thật, cách này không phải lúc nào cũng được phép hoặc nhìn thấy được.

4. Dùng Bút Chì Thật Nhẹ Tay, Dành Cho Mê Cung Trên Giấy

Cách làm:

Dùng bút chì vẽ nhẹ theo đường em đi để có thể tẩy nếu rẽ sai.

Đánh dấu các ngõ cụt để em không quay lại đó nữa.

Khi nào nên dùng:

Rất tốt cho mê cung in trên giấy hoặc vẽ tay.

Ưu điểm: Giúp em nhớ những lối đã thử.

Nhược điểm: Cần kiên nhẫn và tập trung.

5. Để Lại Dấu Đường, Dành Cho Mê Cung Thật

Cách làm:

Đặt một vật nhỏ, như đồng xu hoặc hòn đá, ở những chỗ giao nhau.

Đánh dấu những lối em đã thử để tránh đi vòng tròn mãi.

Khi nào nên dùng:

Dùng cho các mê cung ngoài đời thật, như mê cung bằng ruộng bắp hoặc phòng thoát hiểm.

Ưu điểm: Giúp em tránh đi lại cùng một đường.

Nhược điểm: Không phải lúc nào cũng được phép hoặc có thể làm được.

6. Tô Kín Các Ngõ Cụt, Cách Làm Theo Thuật Toán

Cách làm:

Tìm và đánh dấu tất cả các ngõ cụt.

Đi ngược lại từ các ngõ cụt, loại bỏ những lối không dẫn đến đâu.

Khi nào nên dùng:

Dùng cho mê cung trên giấy hoặc mê cung trên máy tính khi em nhìn thấy toàn bộ hình.

Ưu điểm: Giúp em chắc chắn tách ra được con đường đúng.

Nhược điểm: Có thể mất nhiều thời gian với mê cung lớn.

7. Vẽ Sơ Đồ, Dành Cho Mê Cung Phức Tạp

Cách làm:

Vẽ bản đồ những lối em đã đi qua.

Đánh dấu các nhánh rẽ, vòng lặp và chỗ giao nhau.

Khi nào nên dùng:

Dùng cho mê cung phức tạp có nhiều vòng lặp, hoặc khi em giải mê cung trong nhiều lần.

Ưu điểm: Tạo ra một bản ghi nhớ và rất hiệu quả.

Nhược điểm: Cần thời gian và công sức.

Mẹo Thêm

Giữ bình tĩnh: Bị lạc là một phần thú vị của trải nghiệm.

Dùng điểm mốc: Trong mê cung thật, hãy tìm những đặc điểm dễ nhớ.

Theo dõi lựa chọn của em: Ghi nhớ trong đầu hoặc đánh dấu xem em đã rẽ trái hay rẽ phải.

Biết rõ mục tiêu: Mục tiêu là đi đến trung tâm, tìm lối ra hay tìm một đồ vật bí mật?

Mê cung vuông dễ 9×12

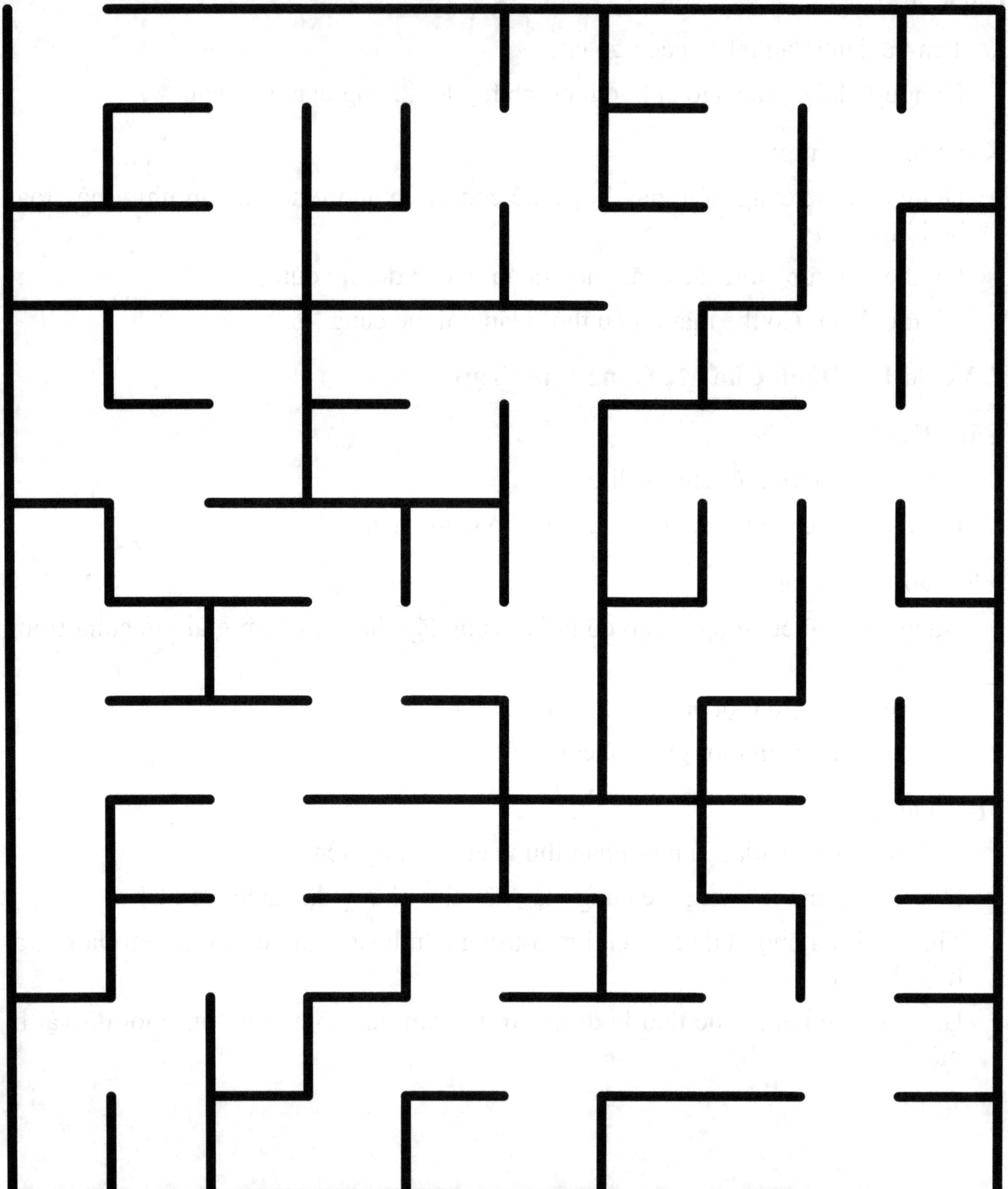

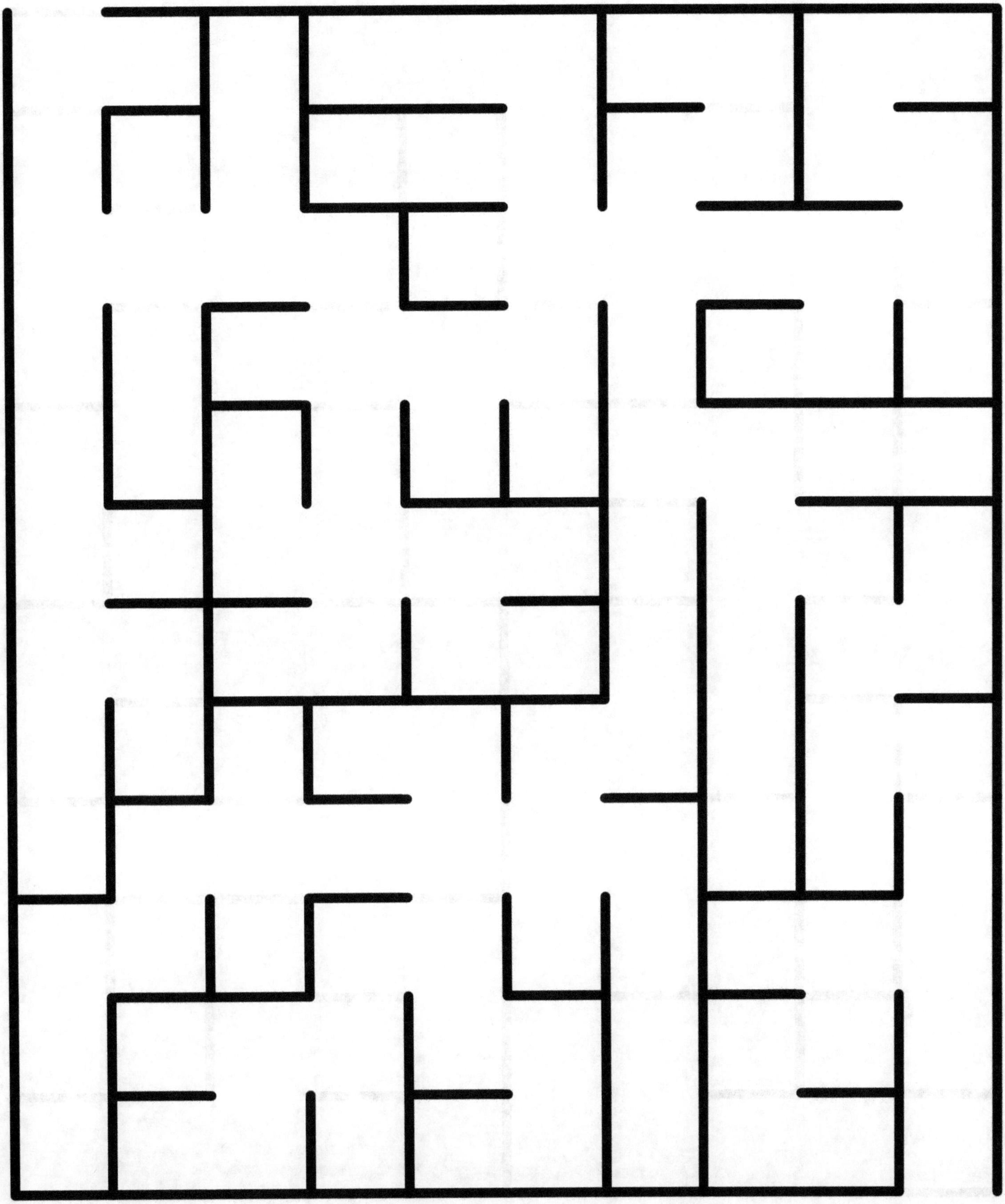

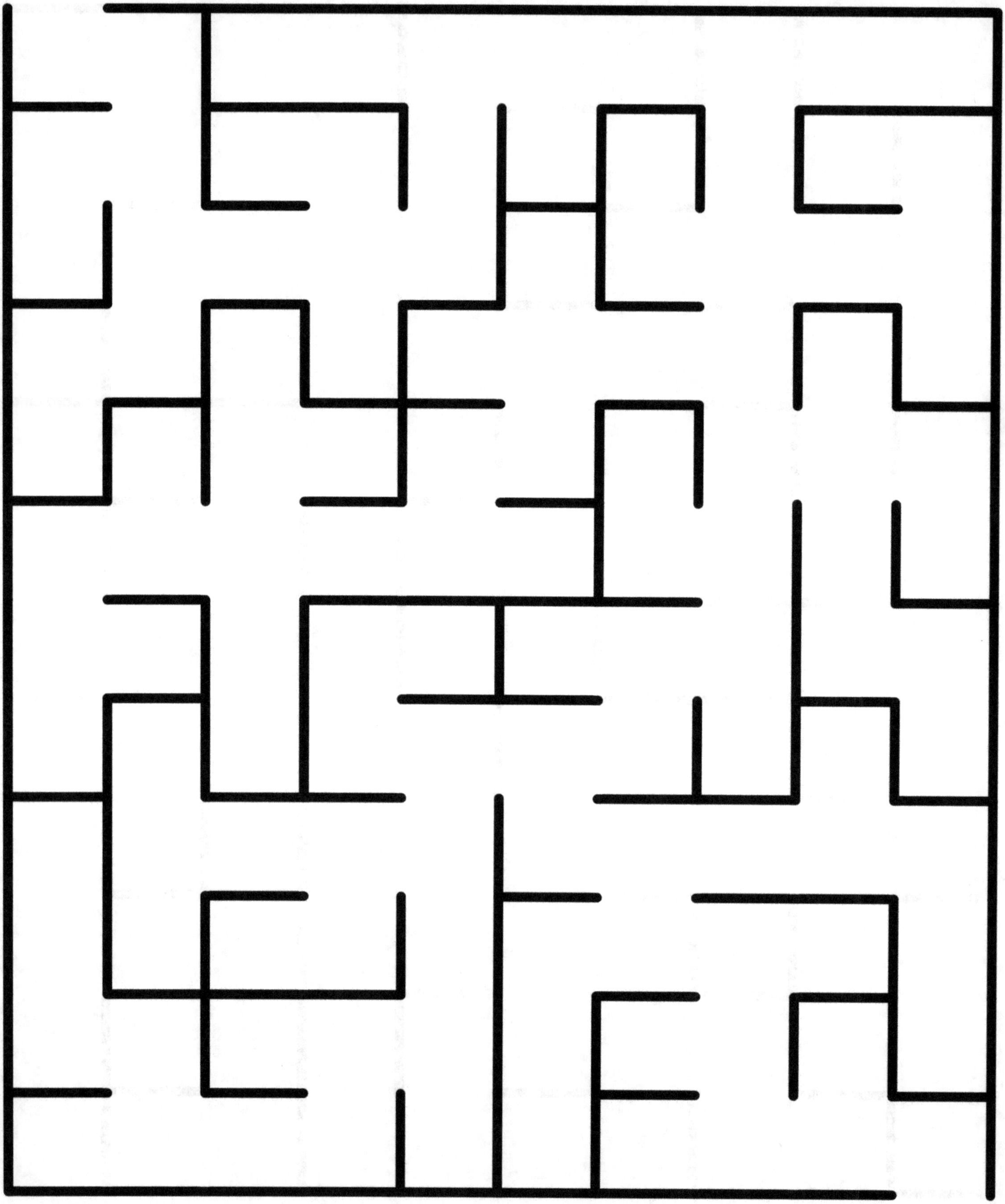

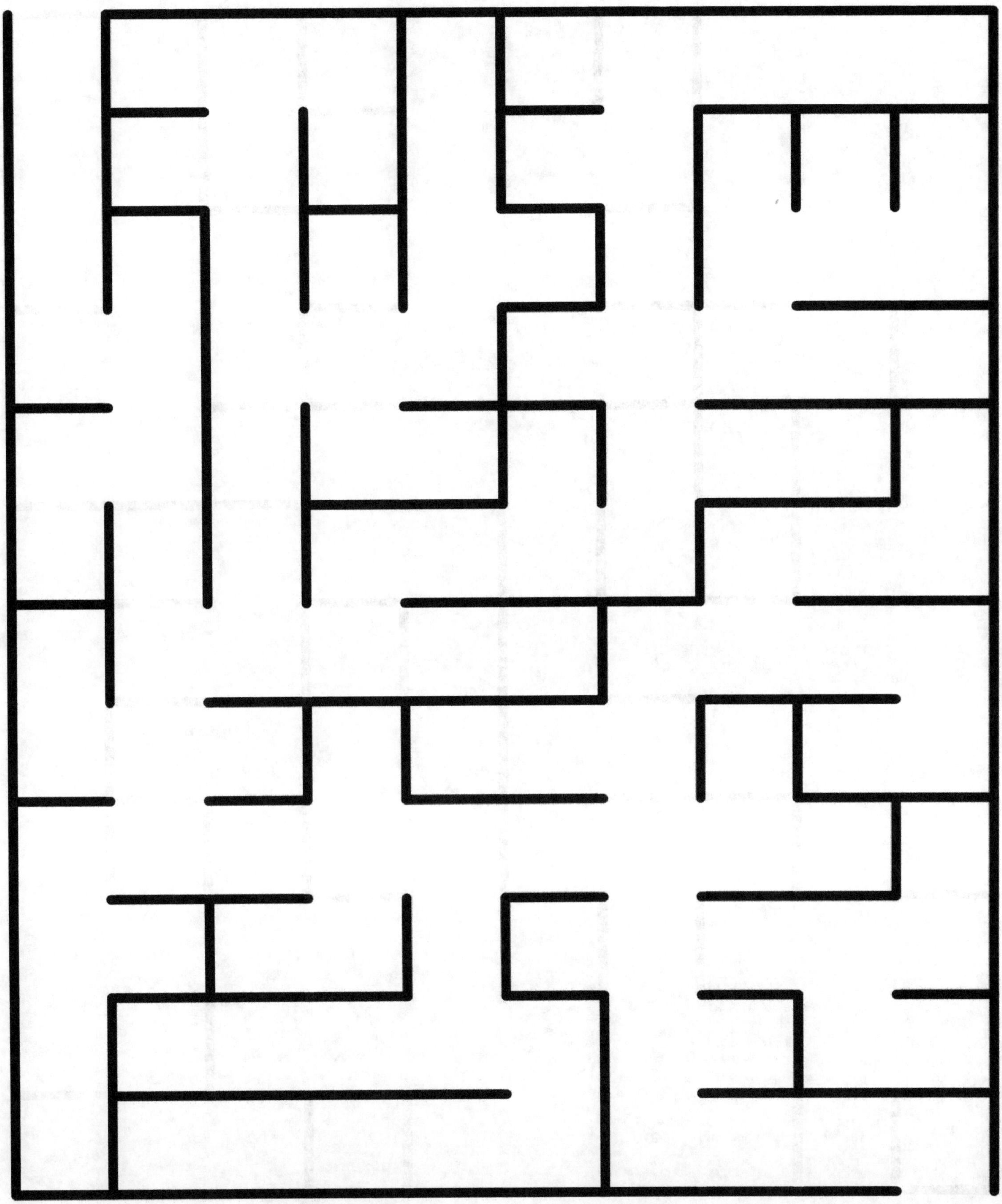

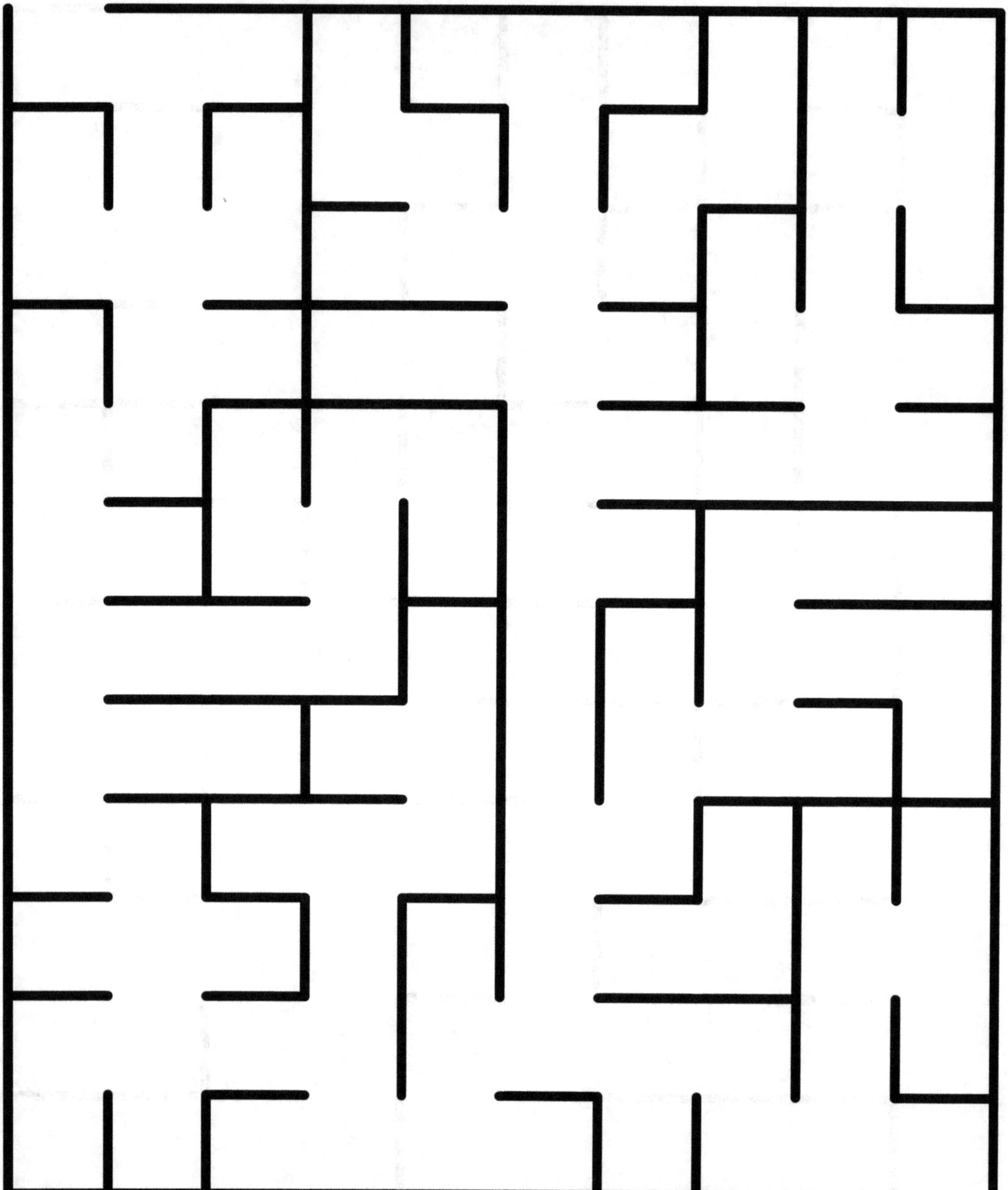

Mê cung vuông dễ 12×15

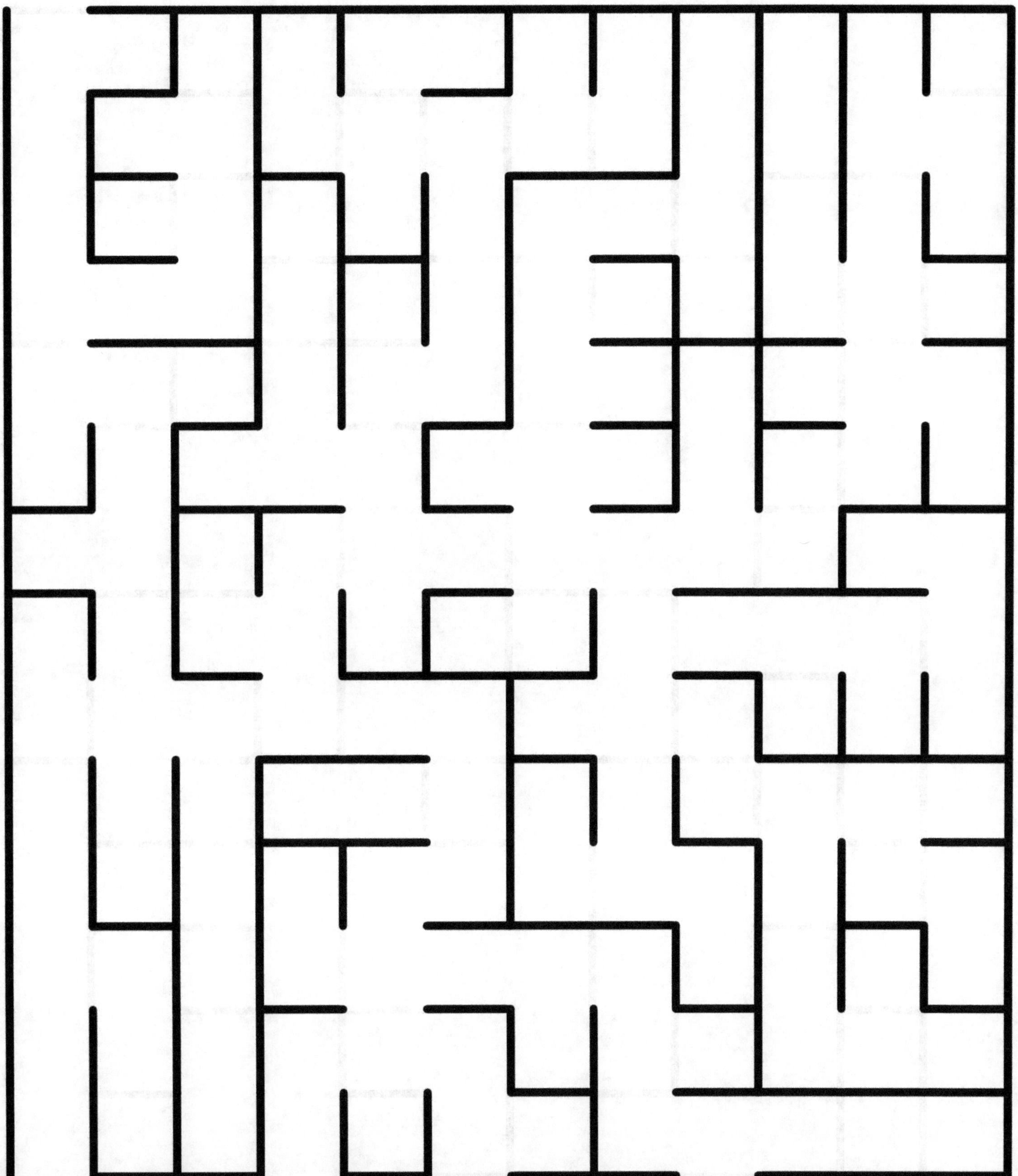

Mê cung vuông trung bình 12×15

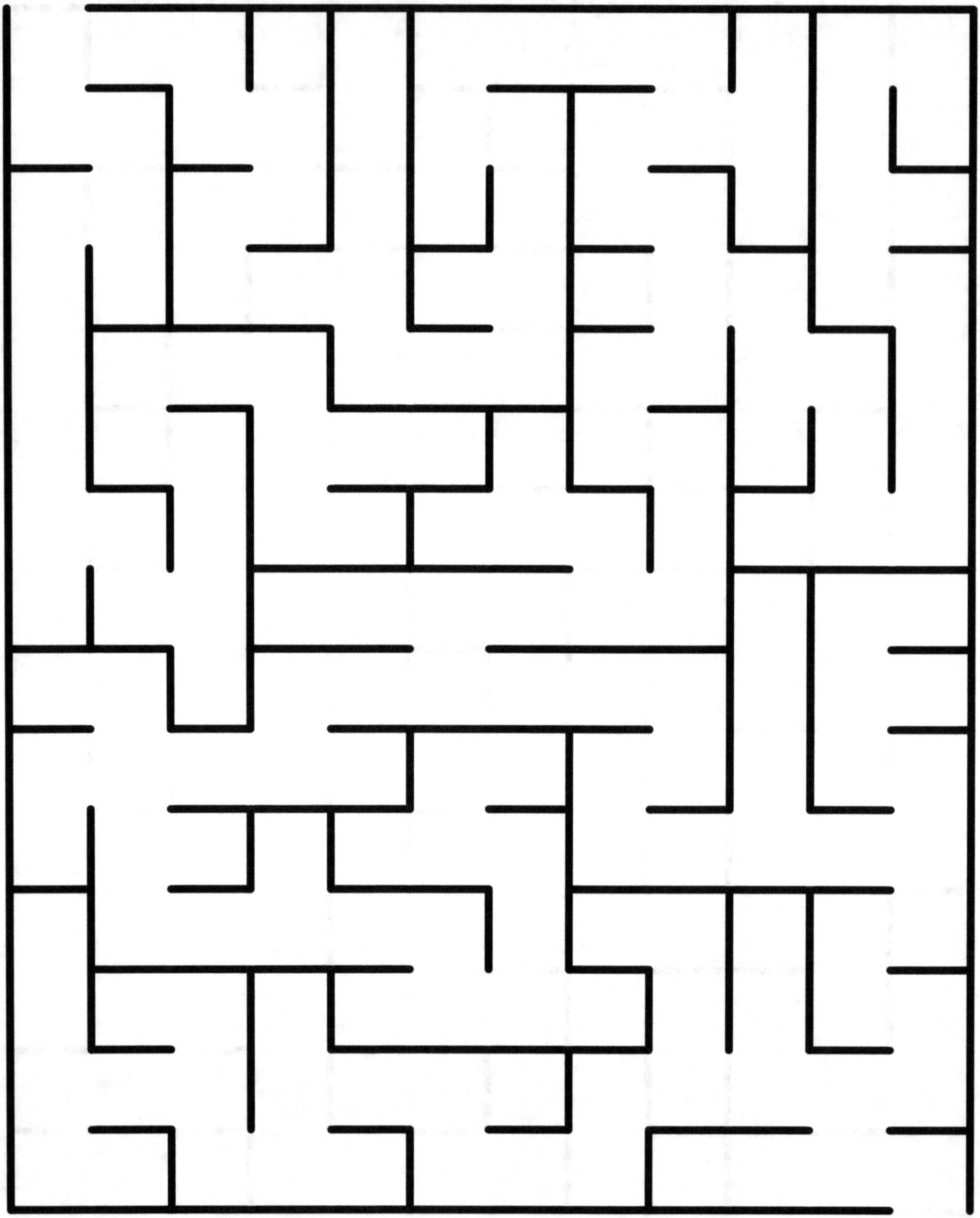

Mê cung vuông trung bình 20×24

Mê cung vuông khó 20×24

Mê cung vuông khó 30×37

Mê cung tam giác dễ 9×12

Mê cung tam giác dễ 12×15

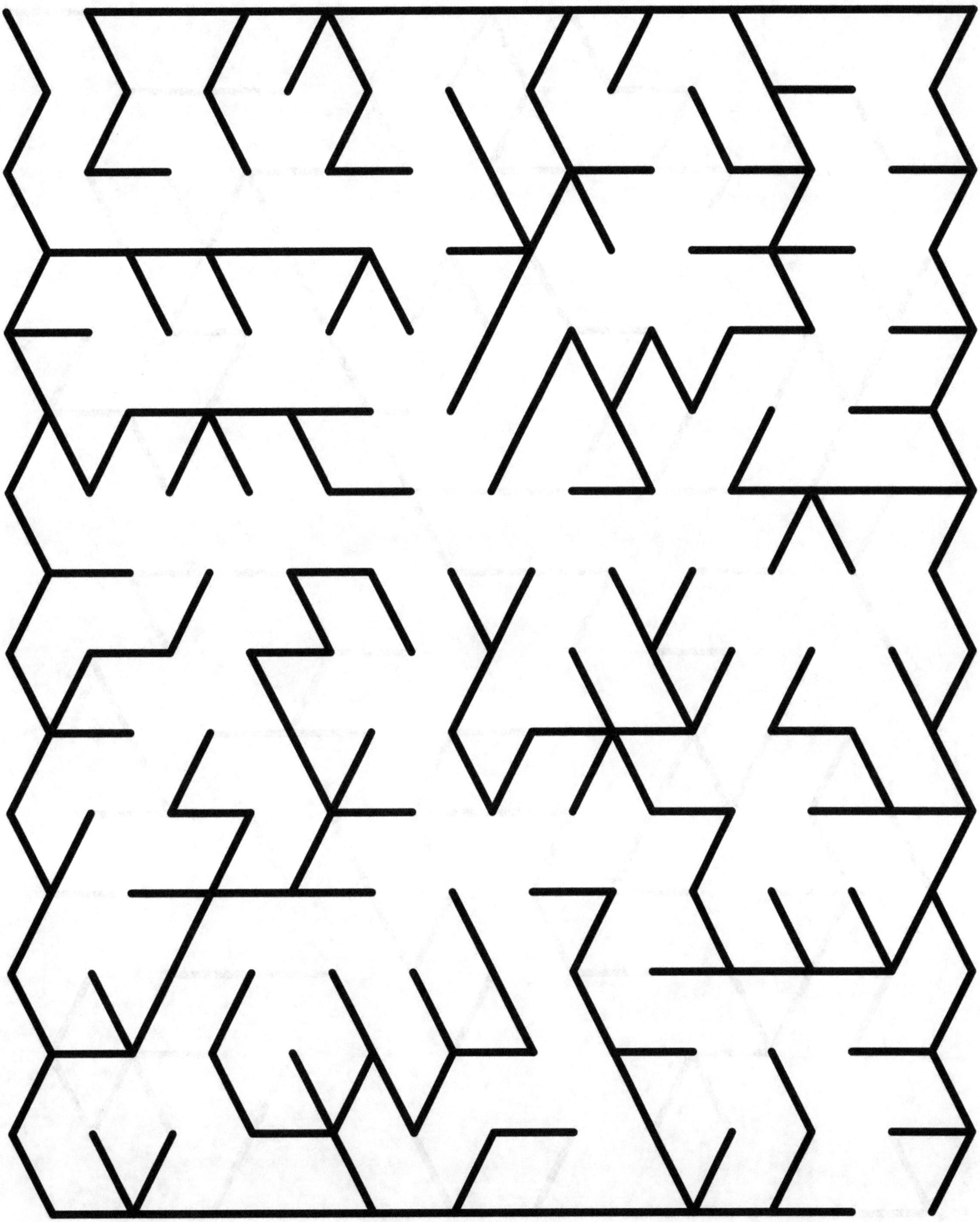

Mê cung tam giác trung bình 12×15

Mê cung tam giác trung bình 20×24

Mê cung tam giác khó 20×24

Mê cung tam giác khó 30×37

Mê cung lục giác dễ 12×19

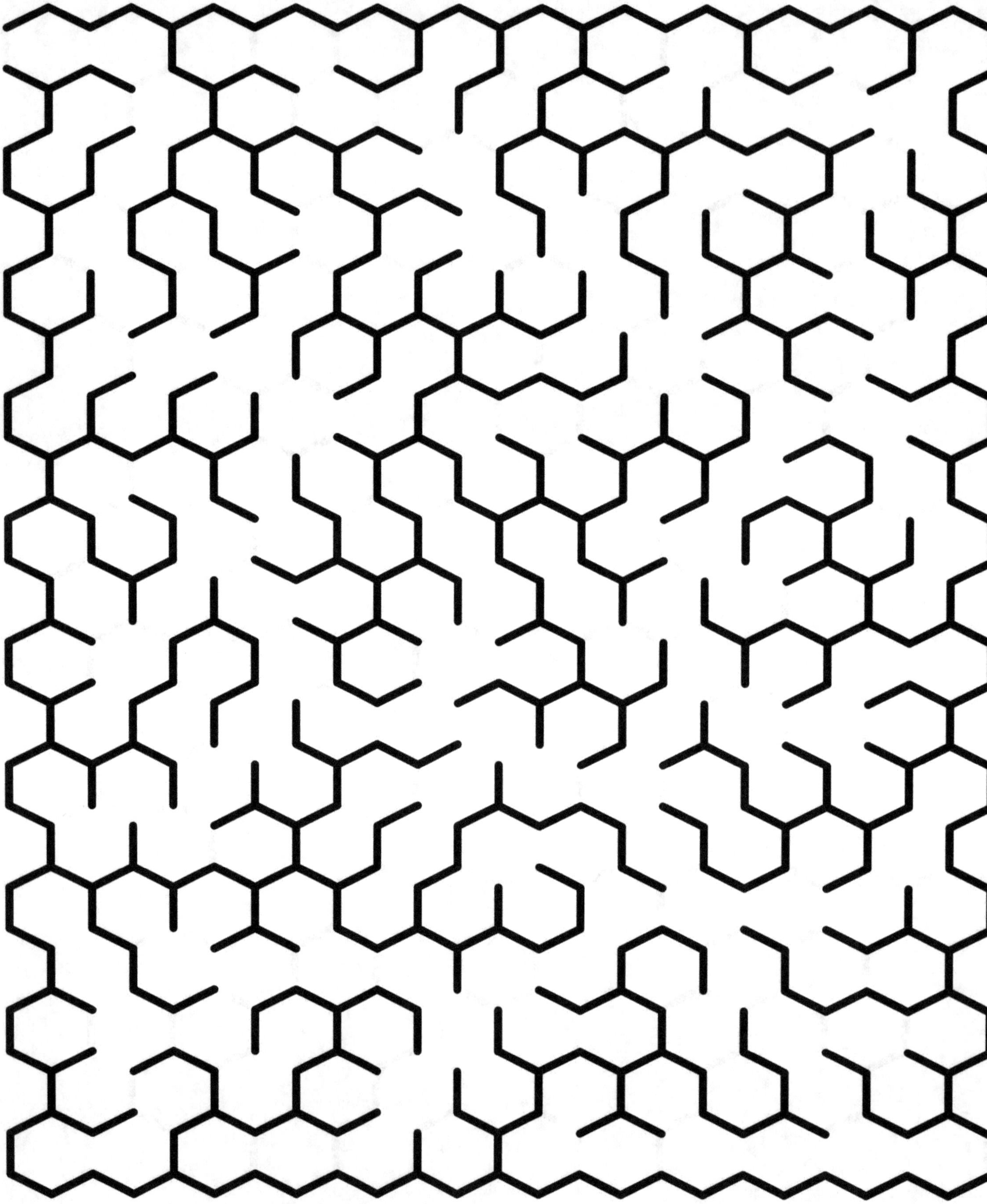

Mê cung lục giác dễ 15×23

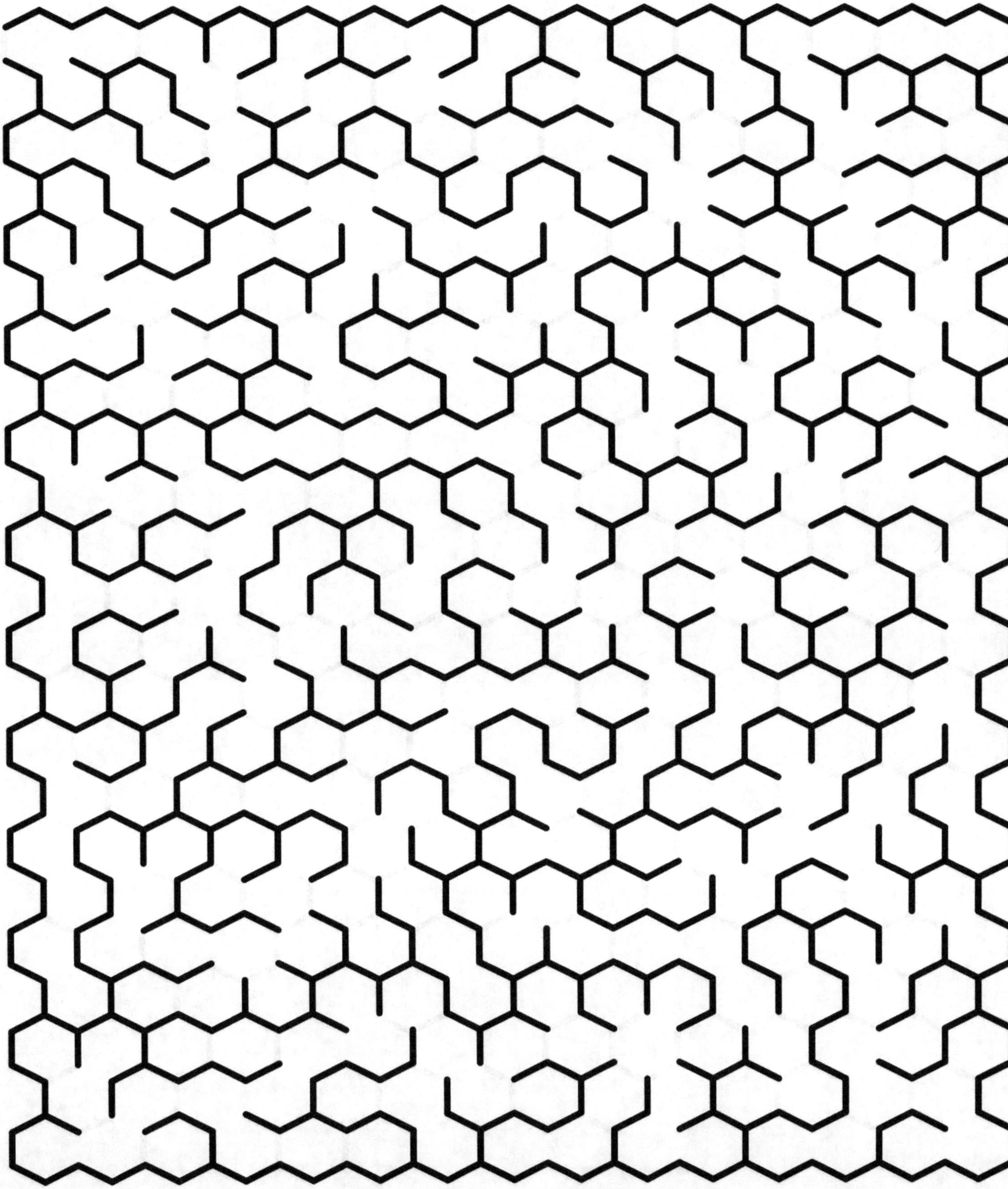

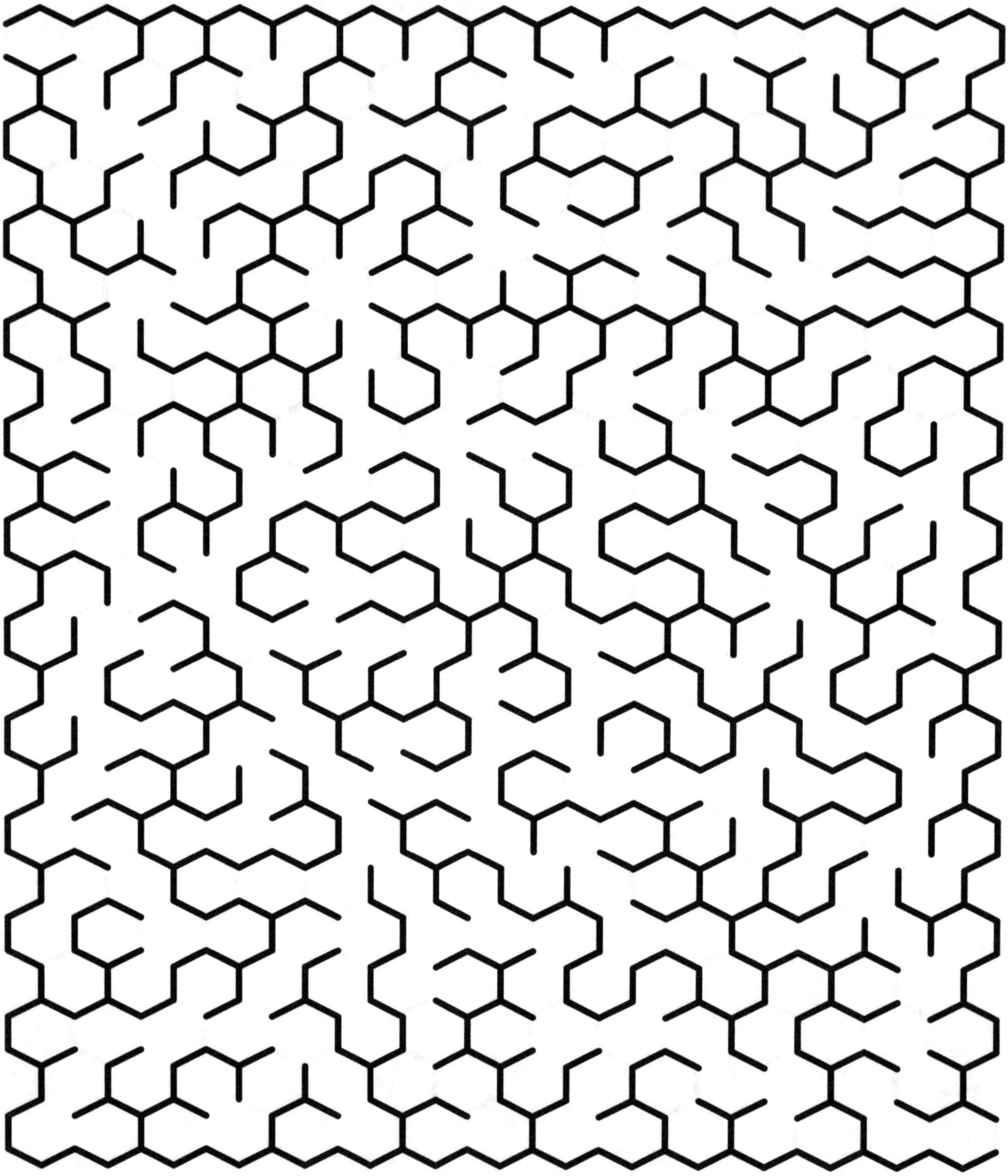

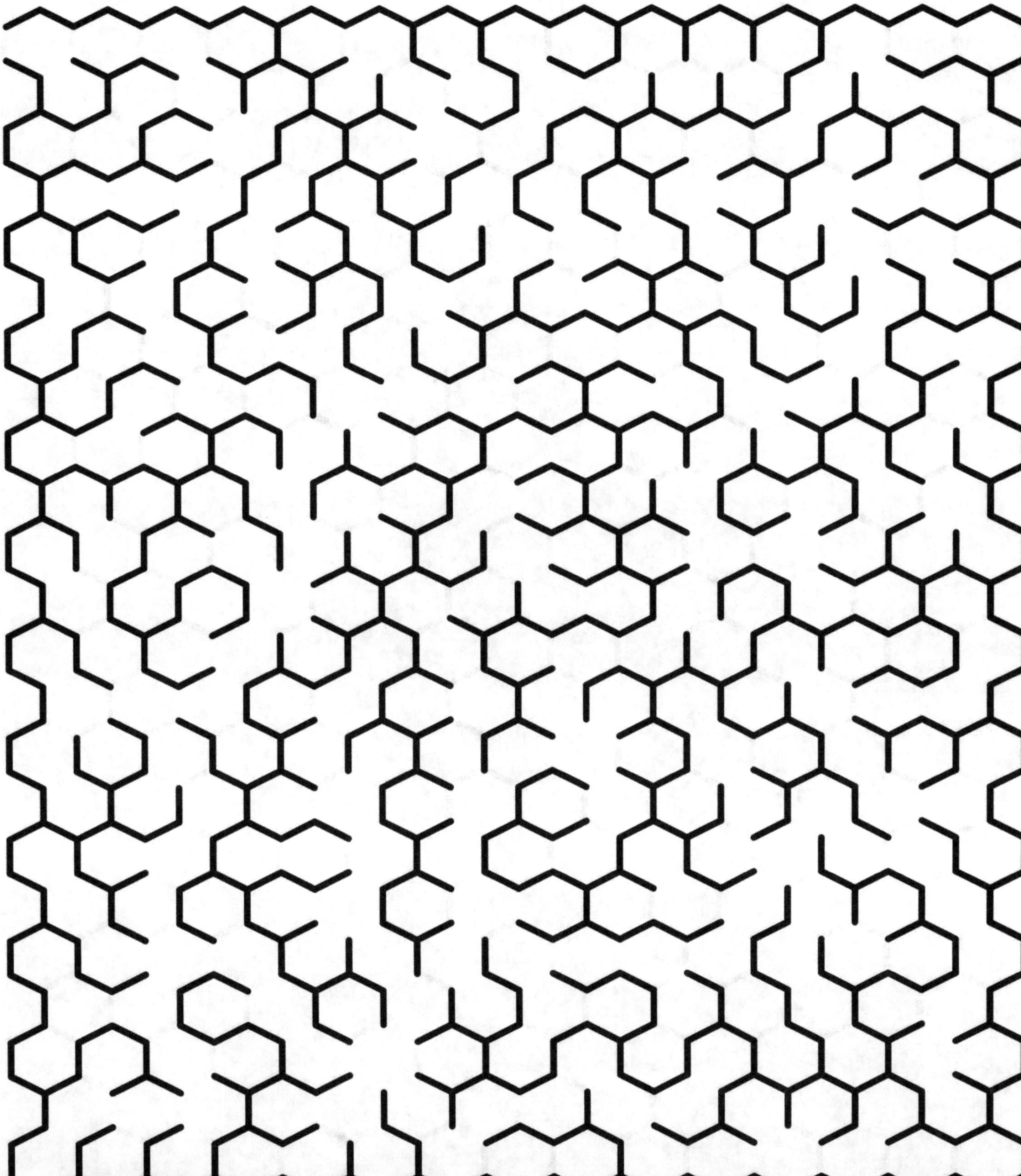

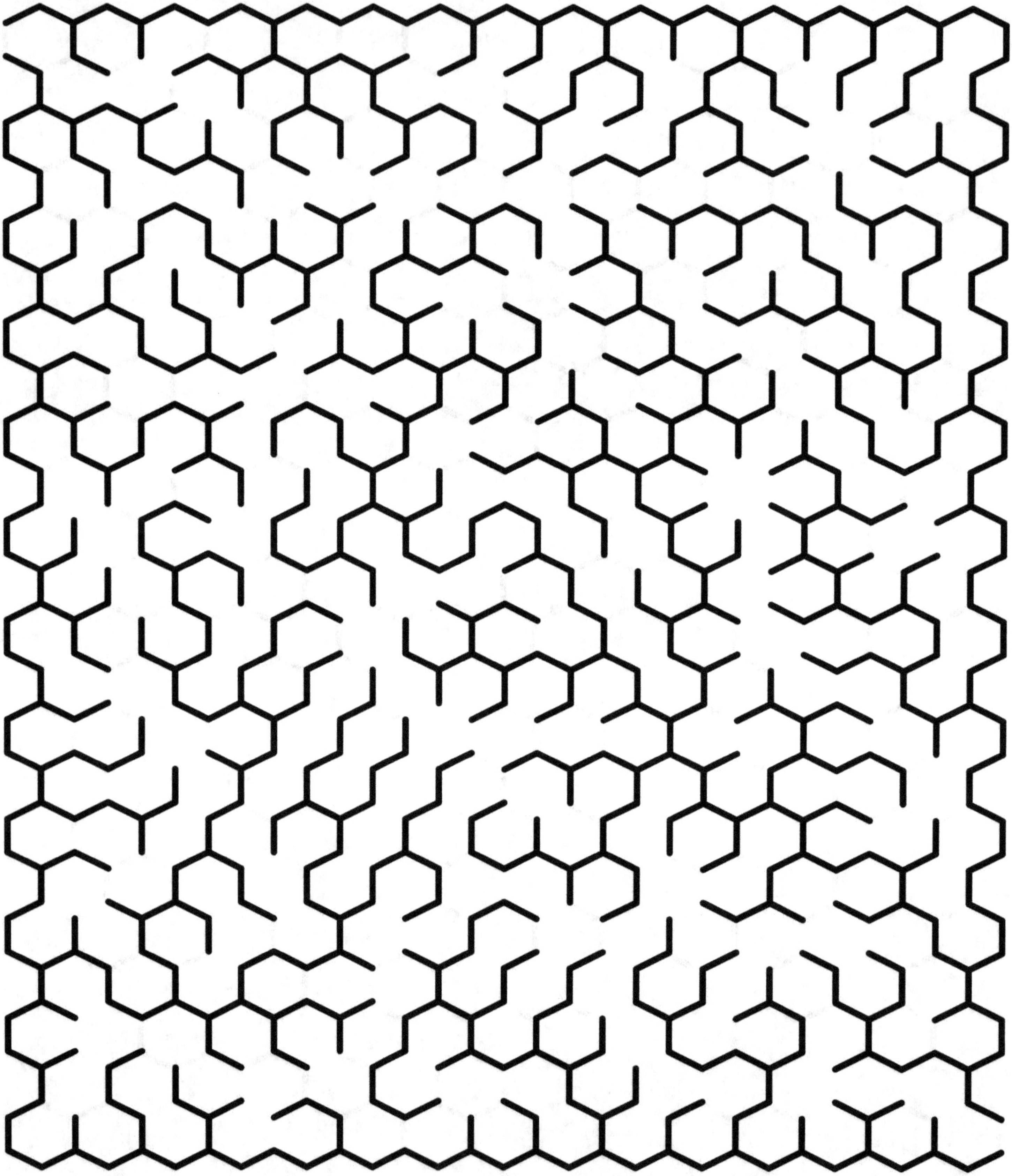

Mê cung lục giác trung bình 15×23

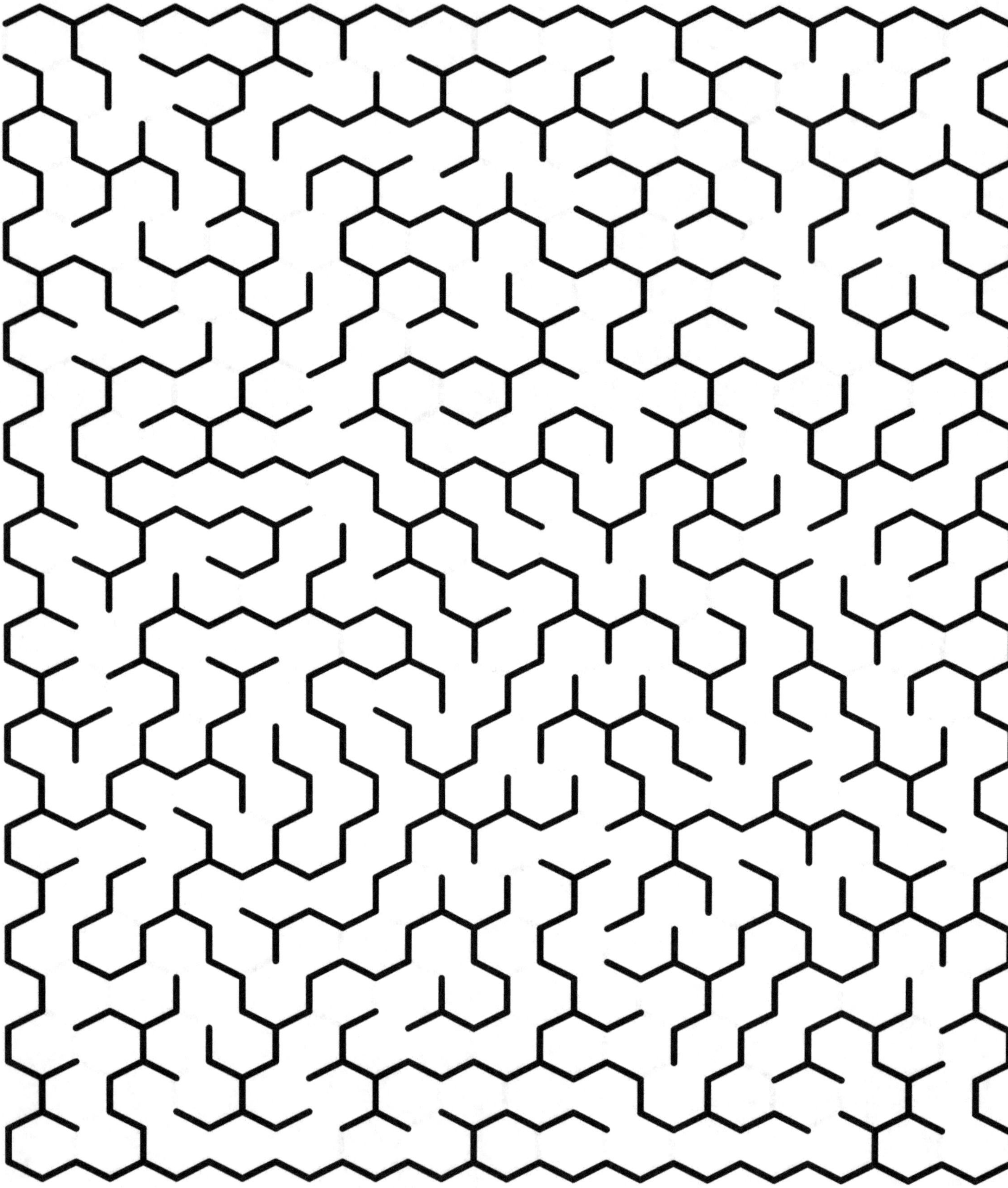

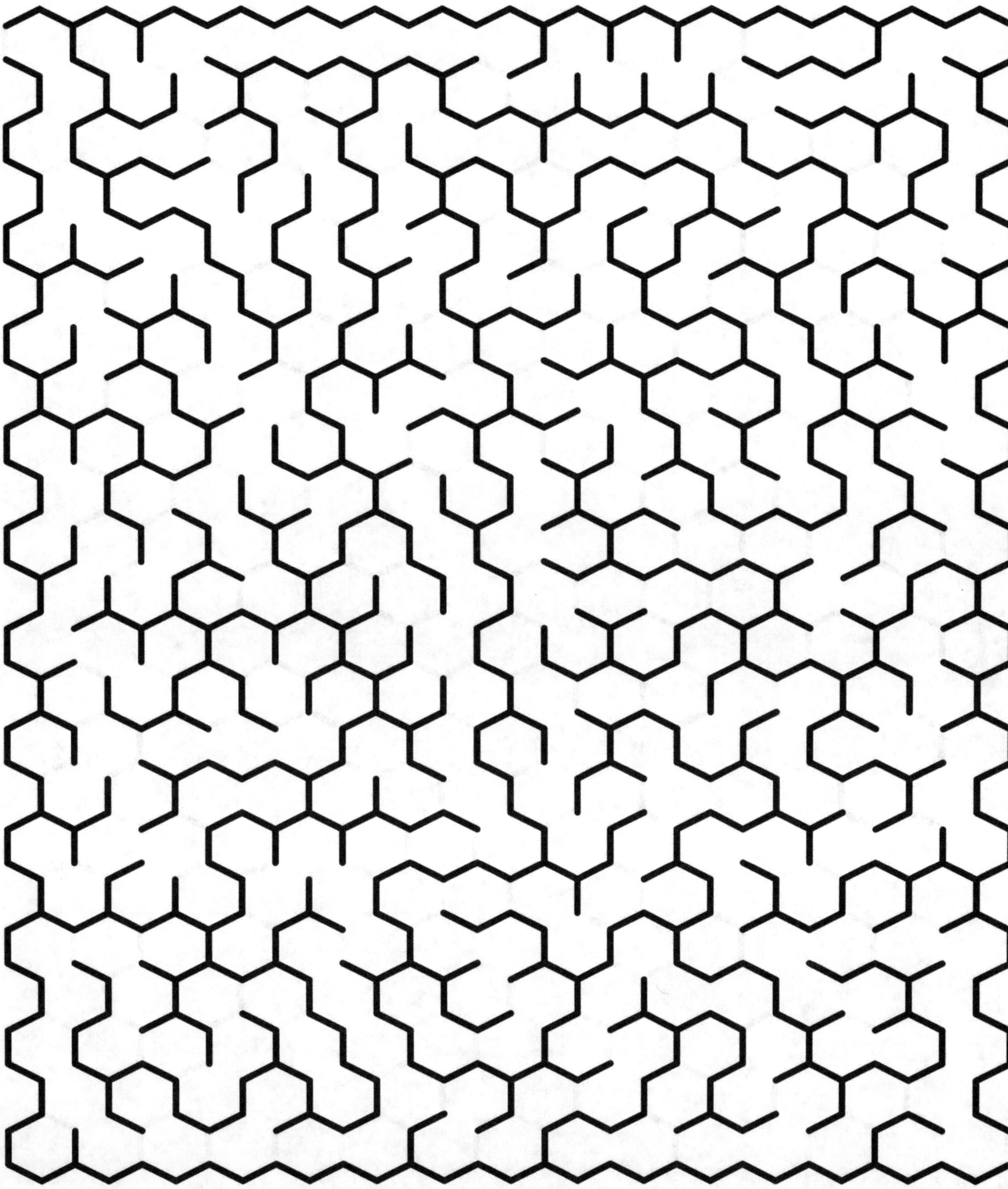

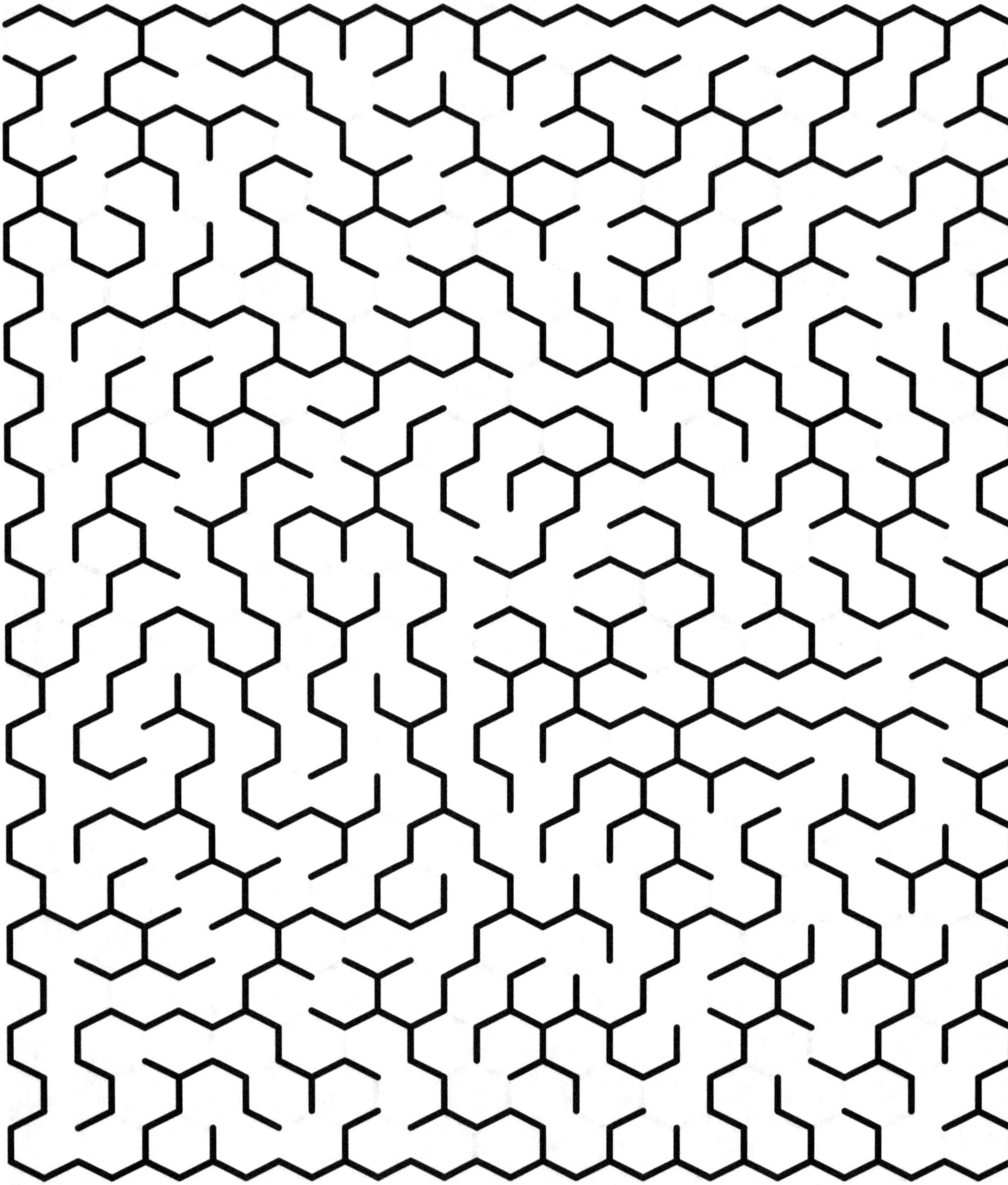

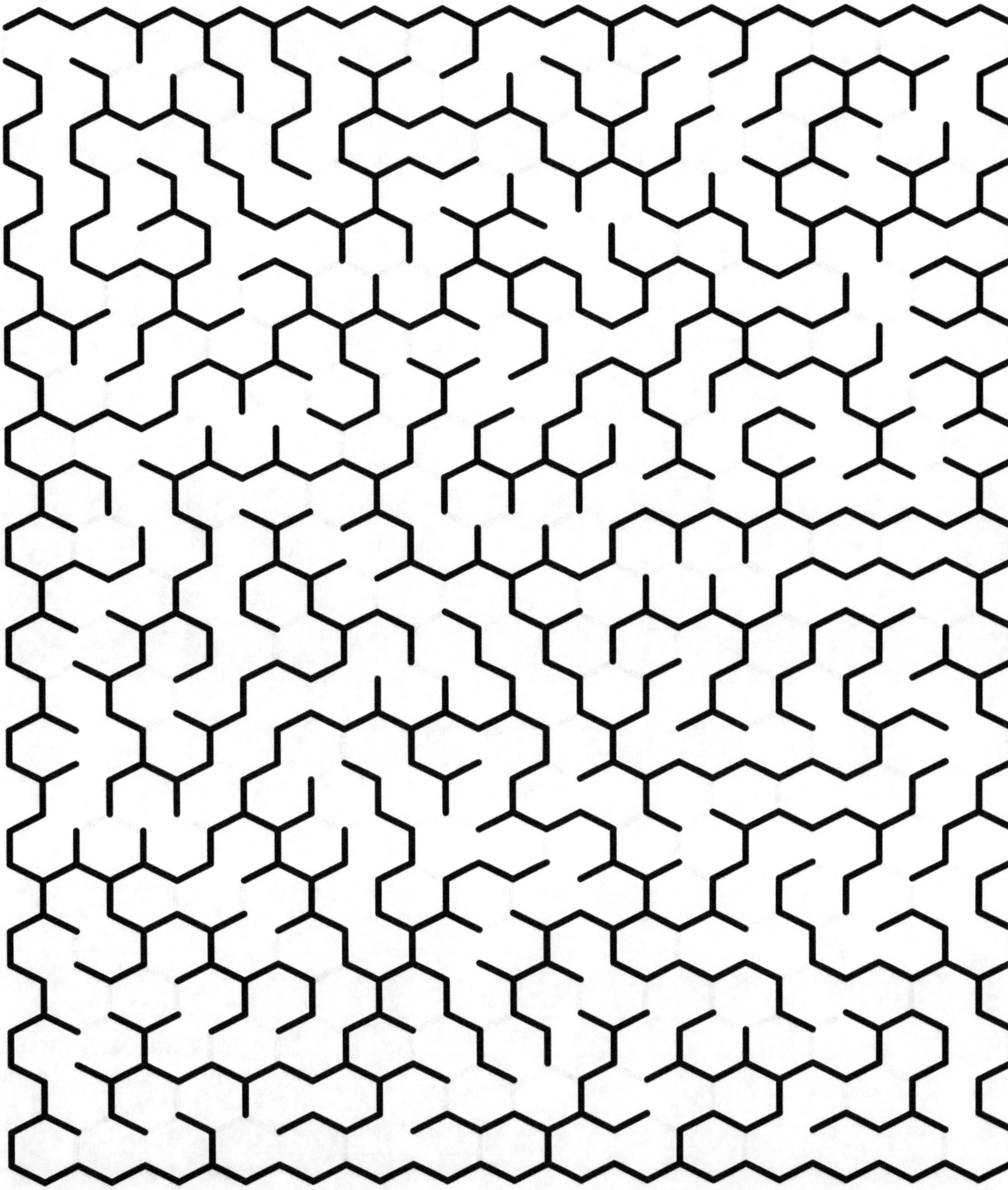

Mê cung lục giác trung bình 24×39

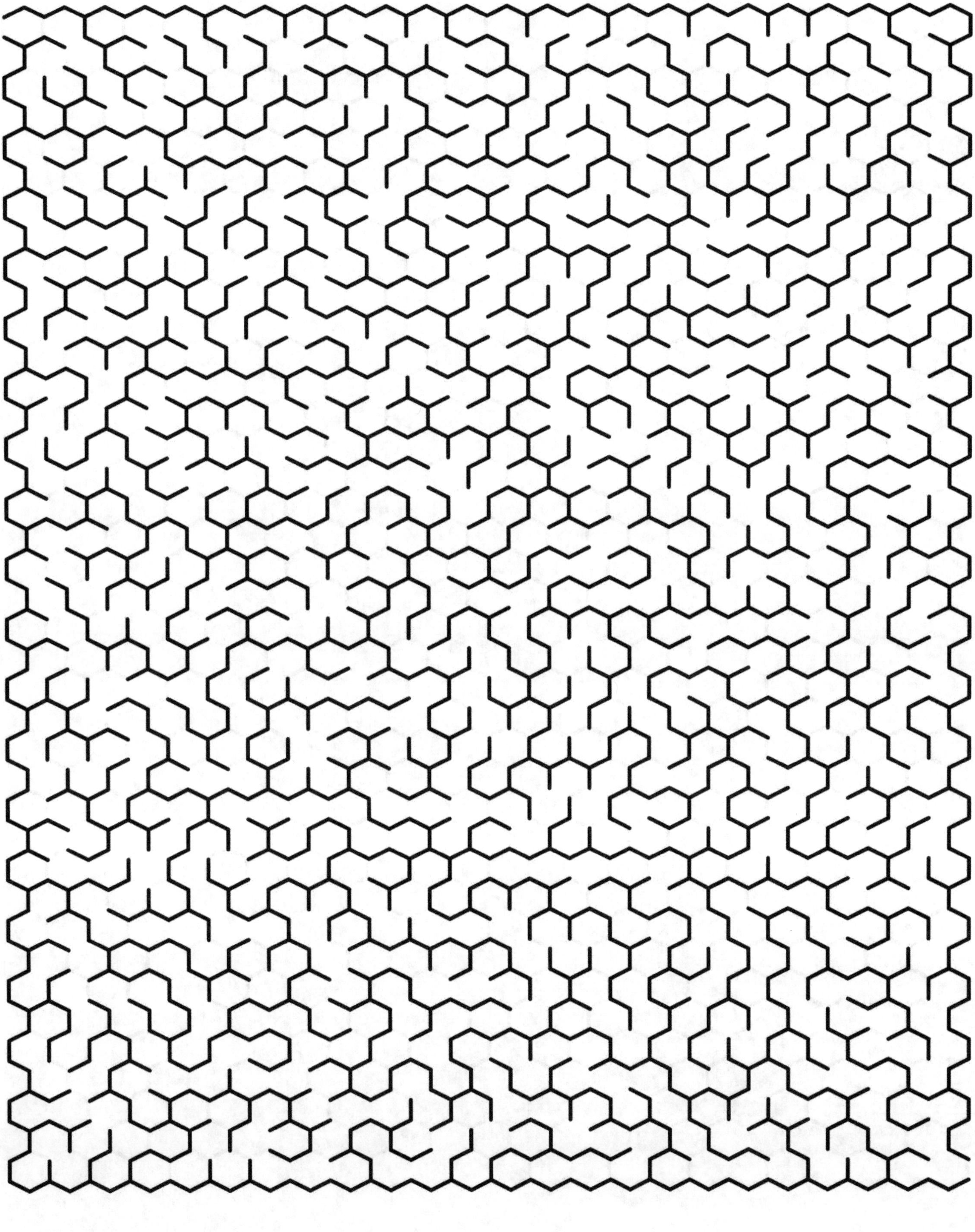

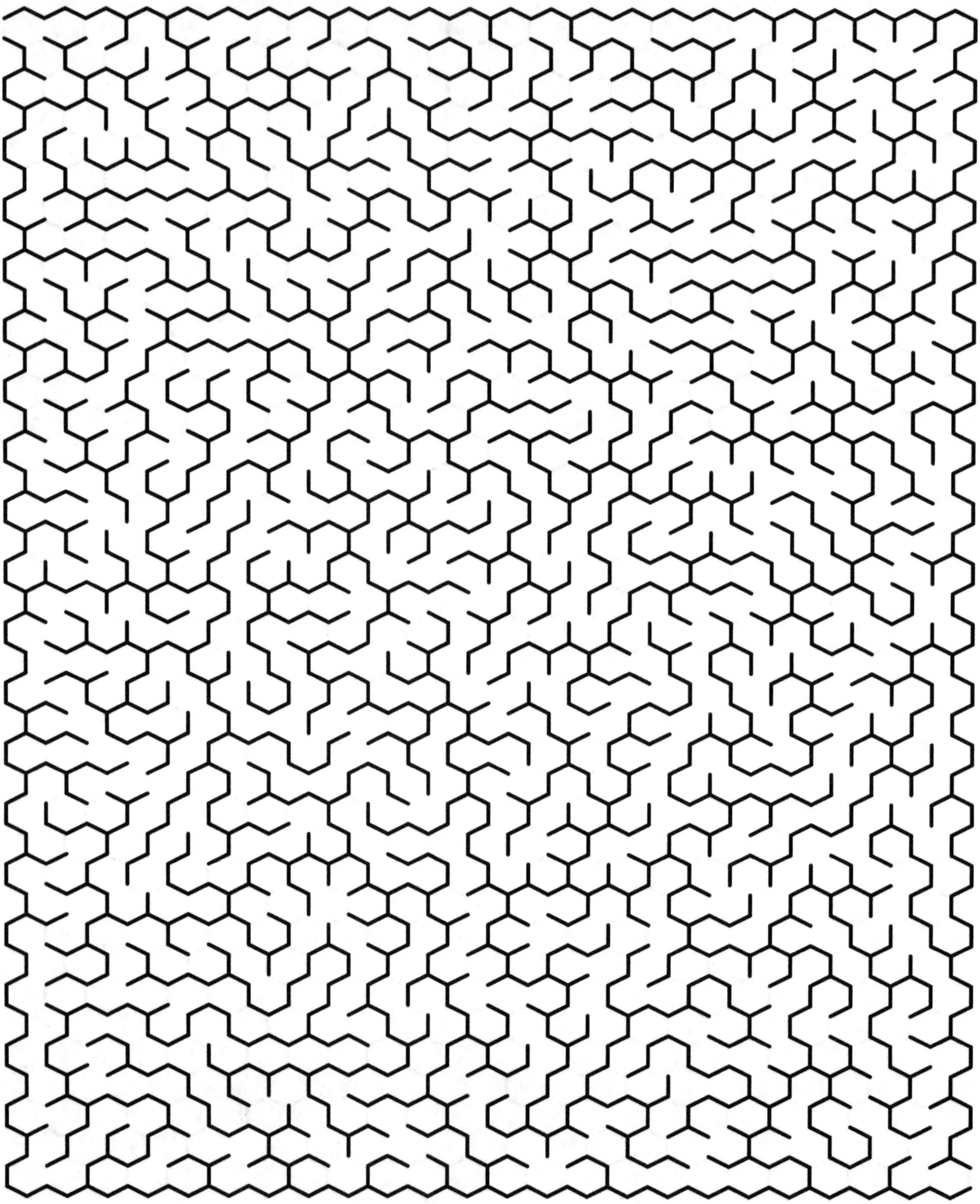

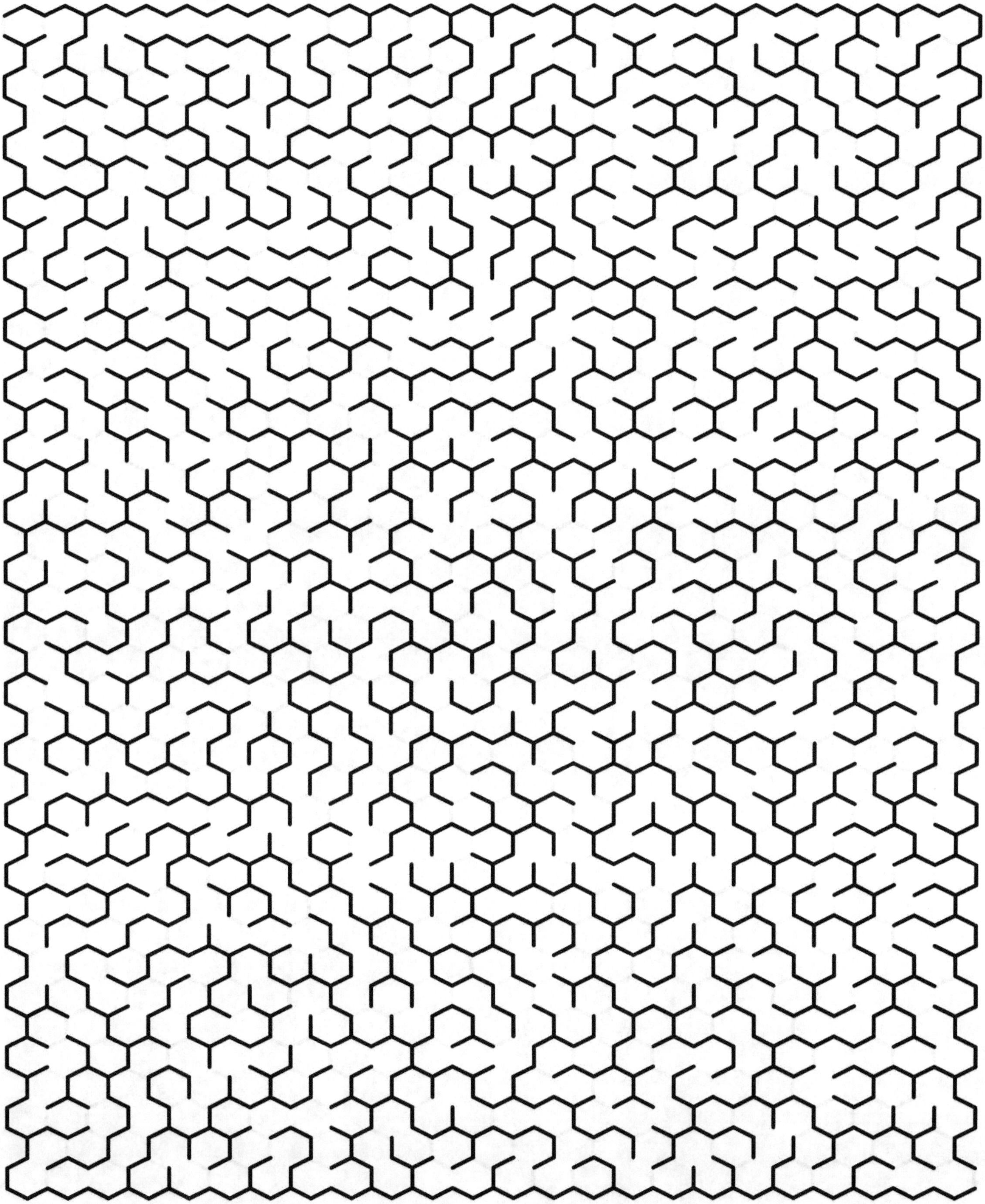

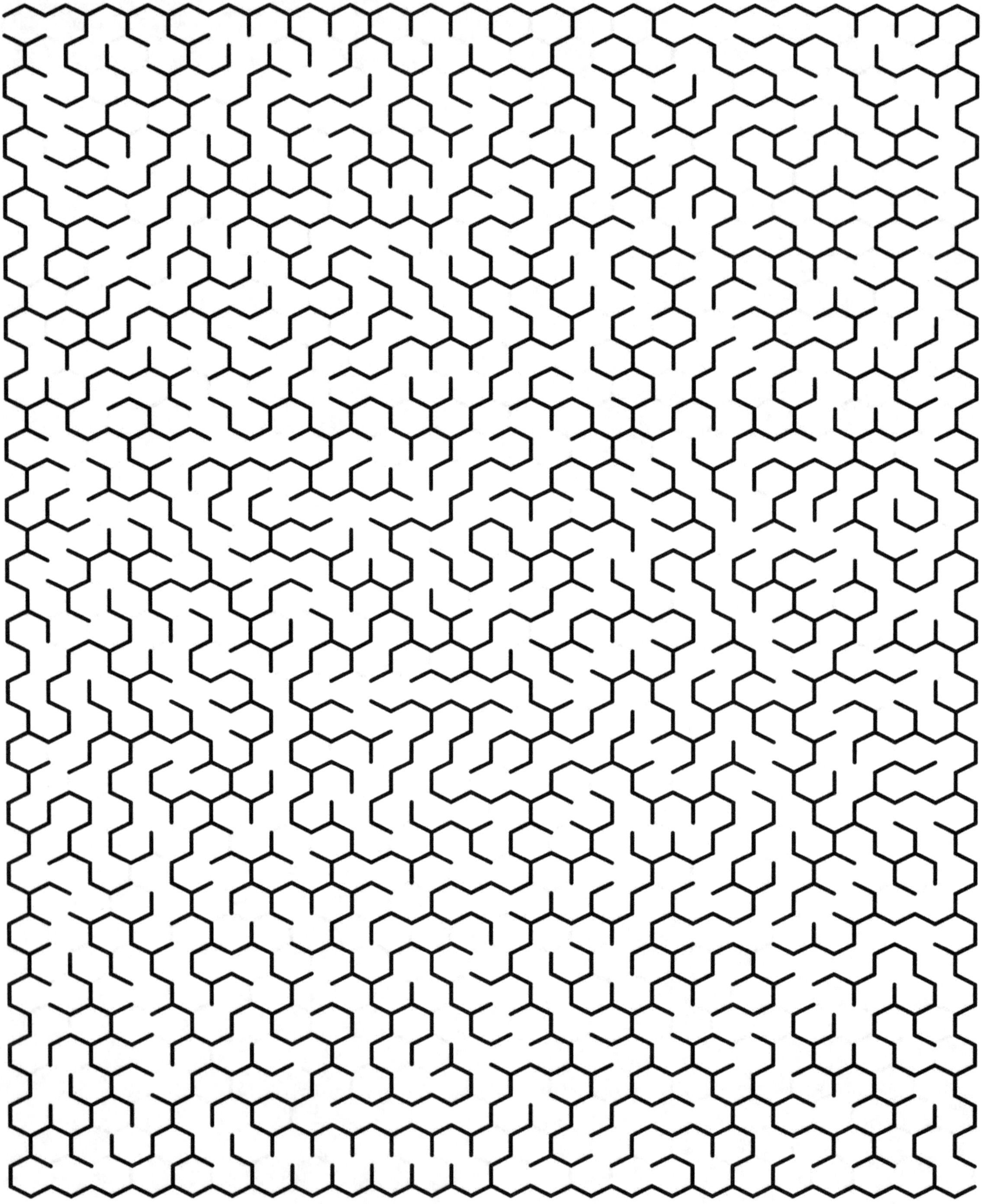

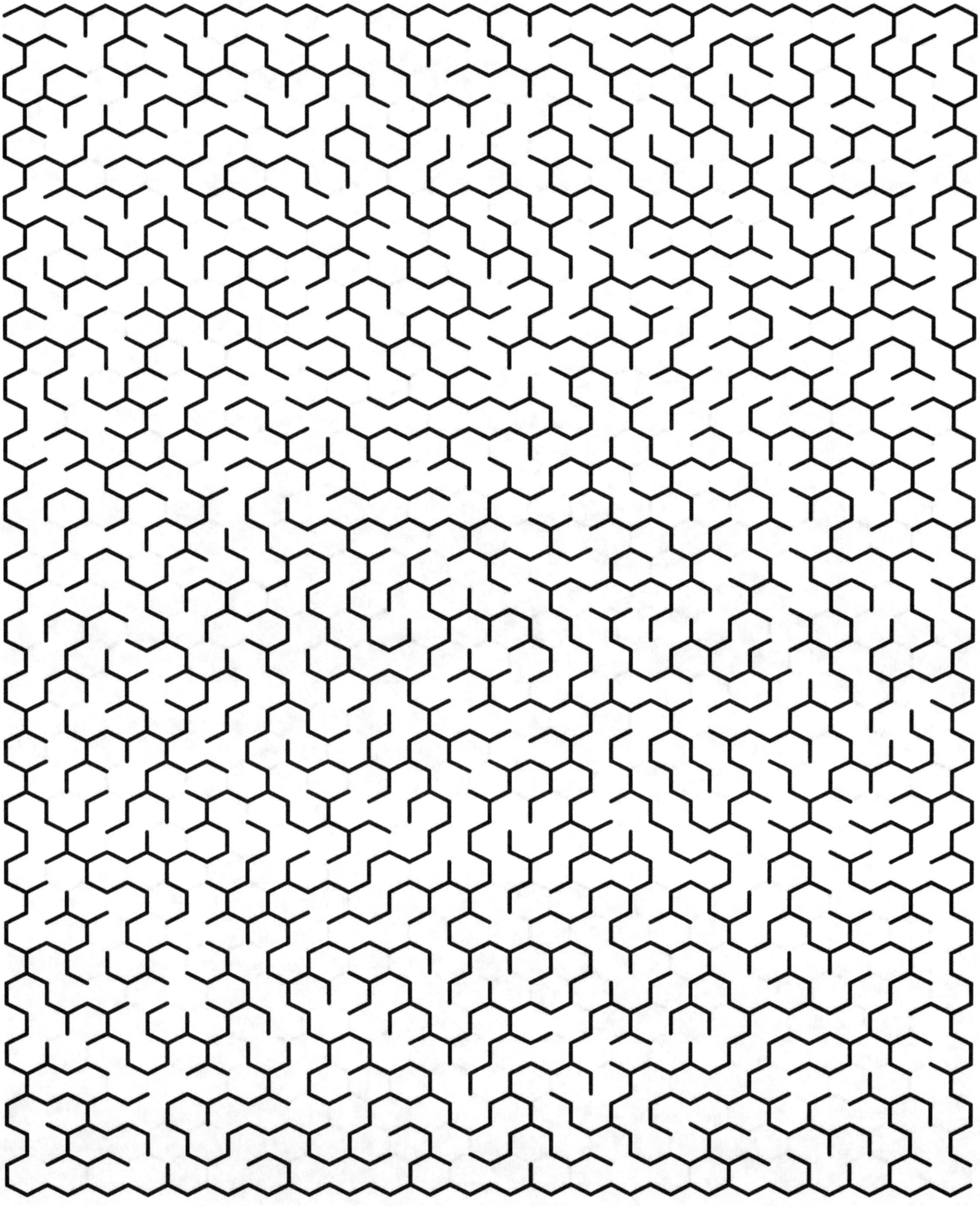

Mê cung lục giác khó 24×39

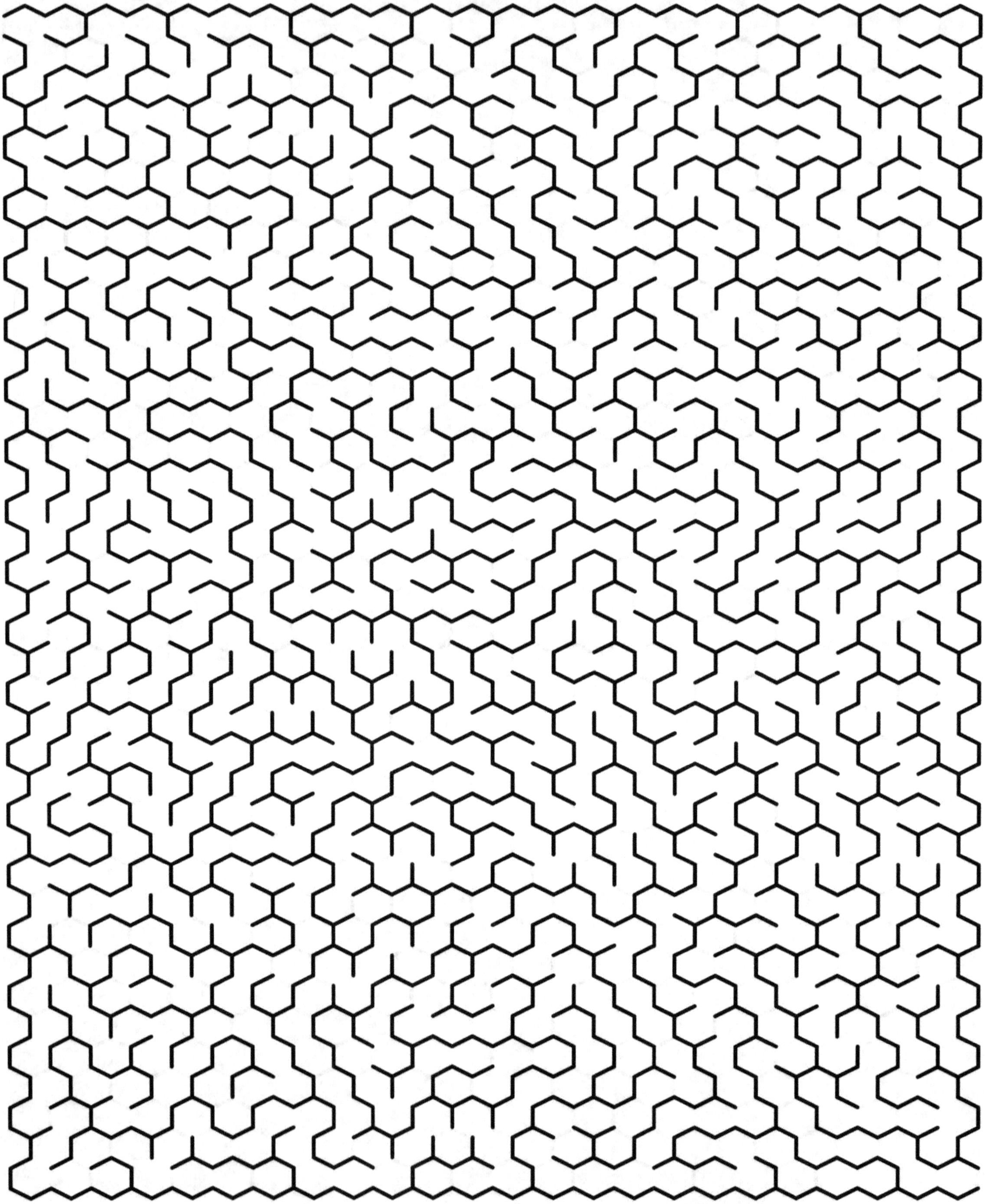

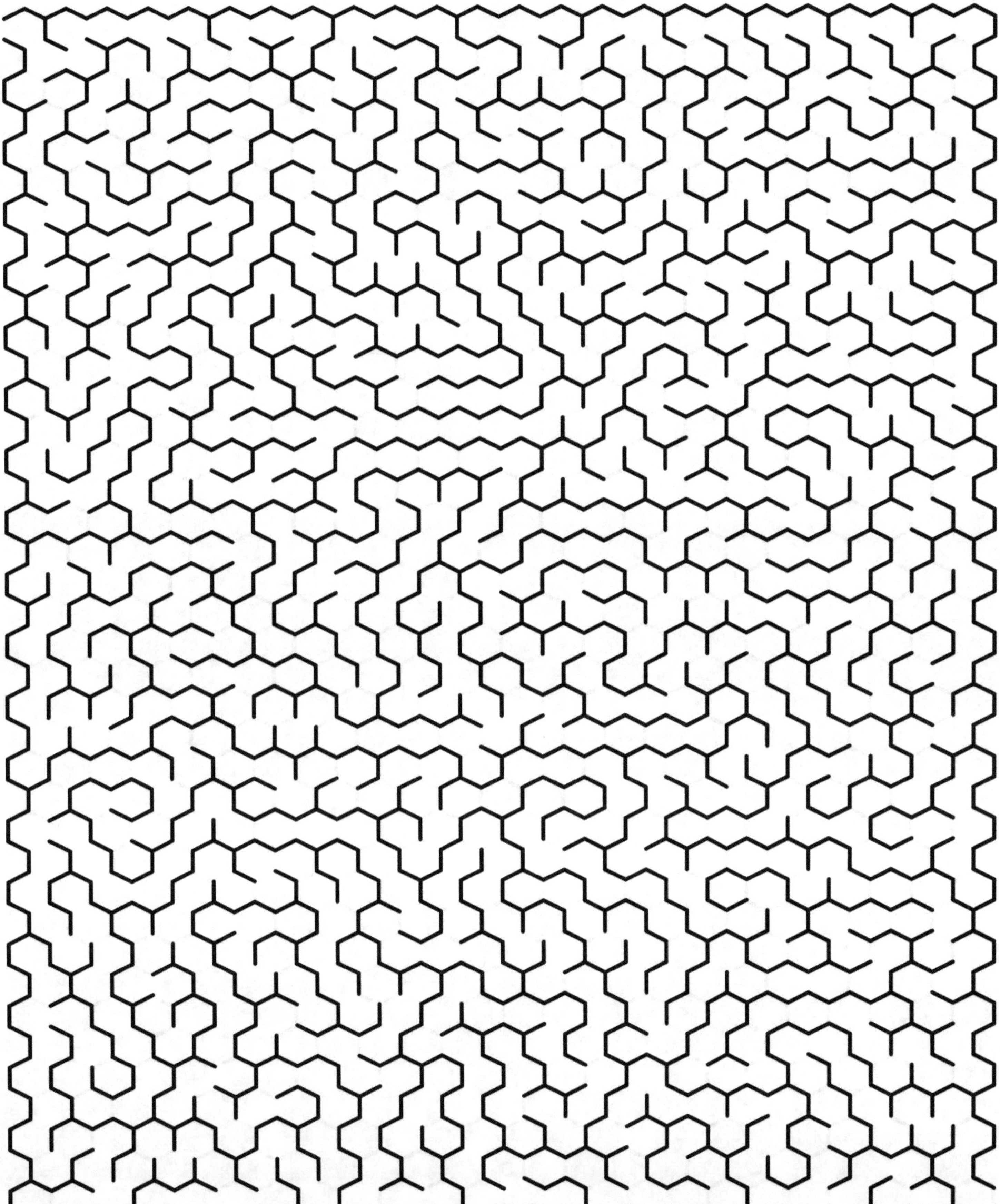

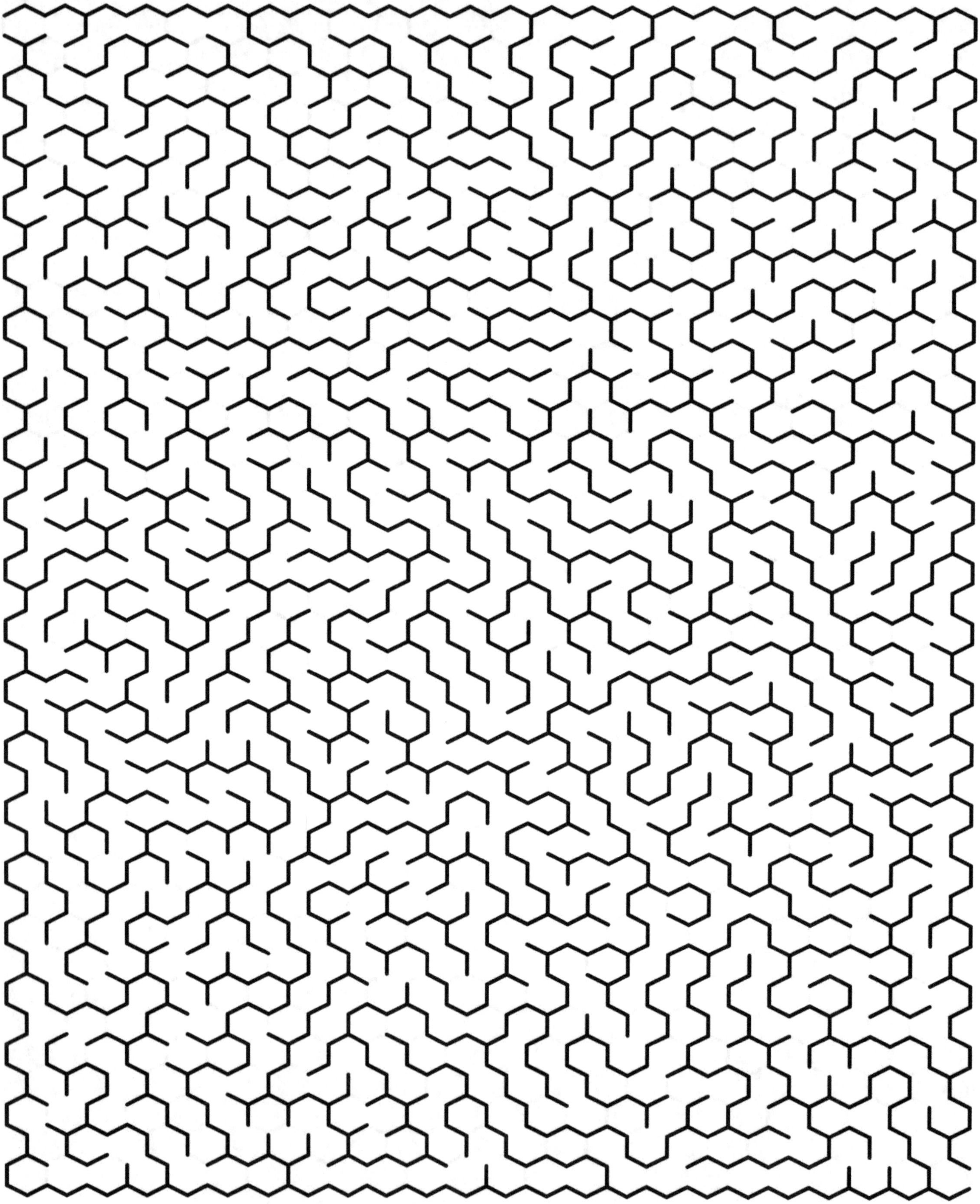

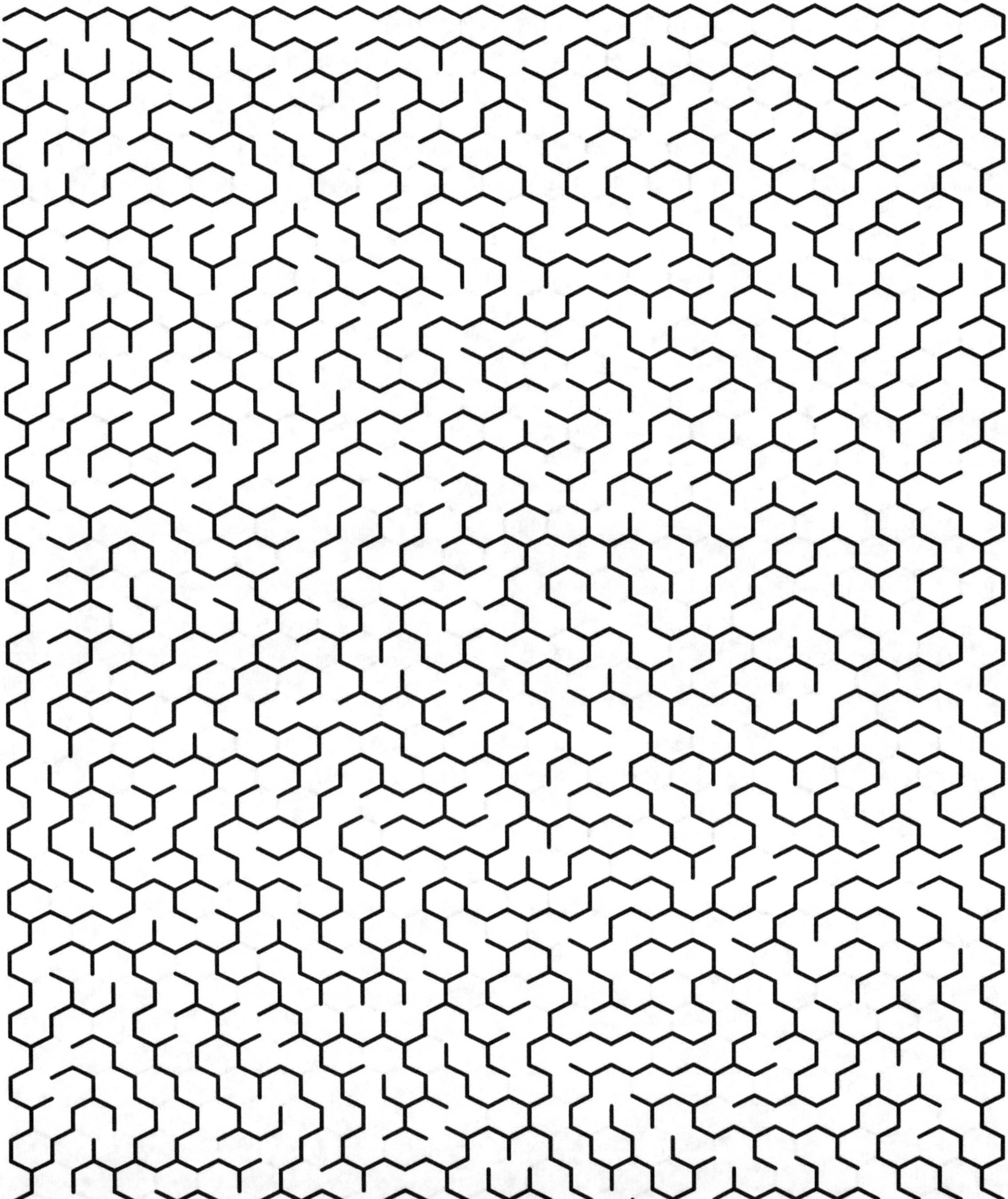

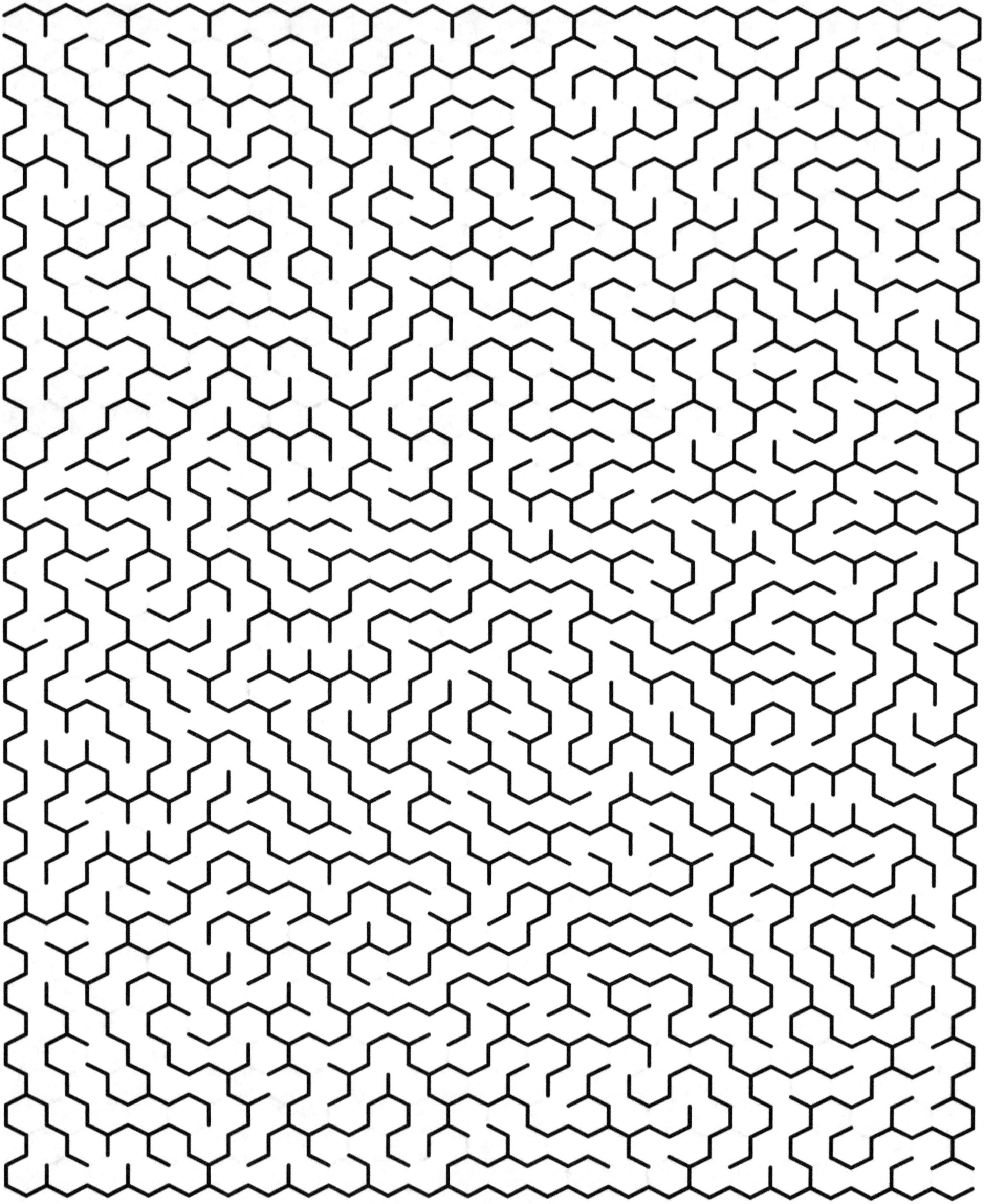

Mê cung lục giác khó 37×59

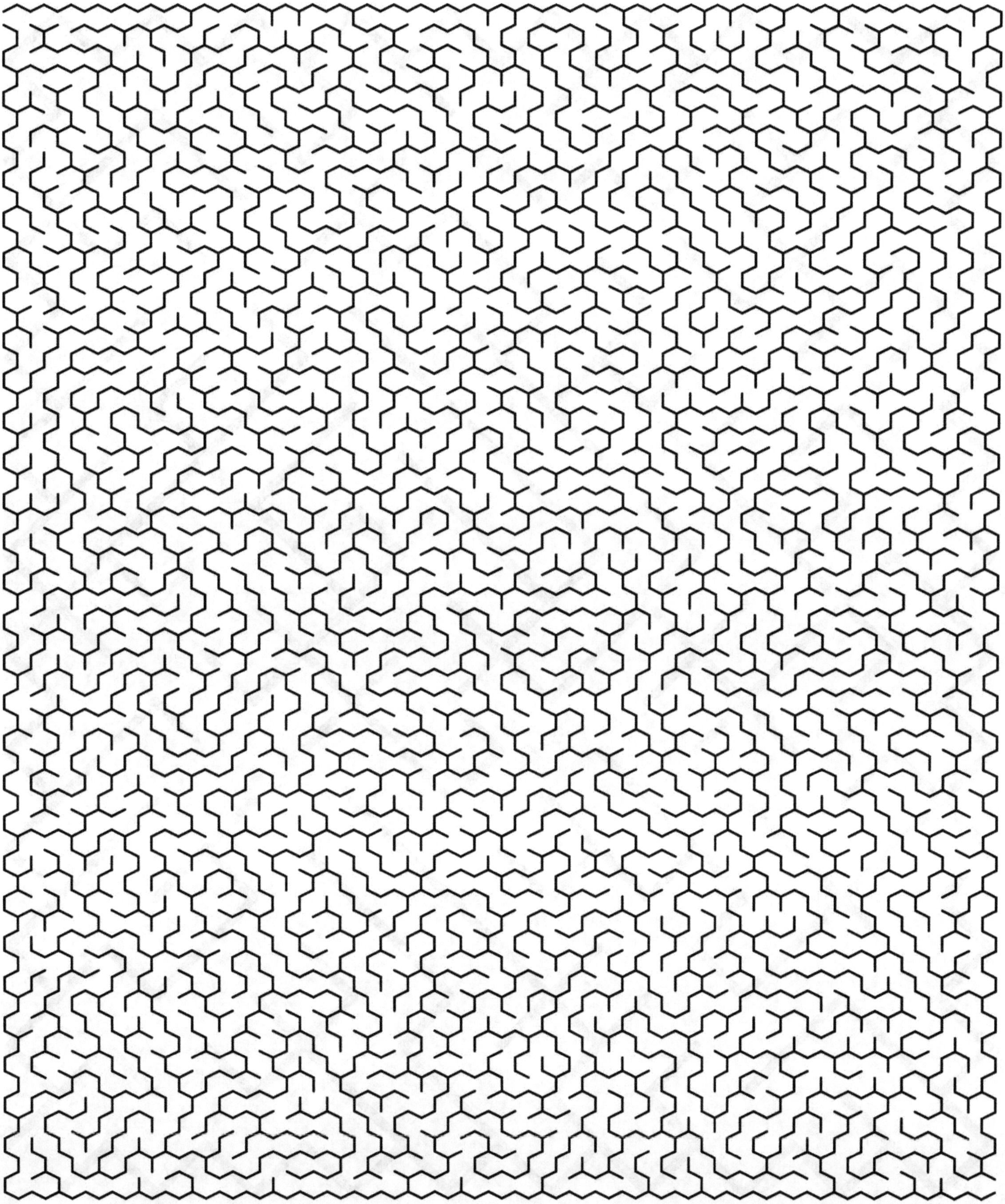

Mê cung hình thoi dễ 9×12

Mê cung hình thoi dễ 12×15

Mê cung hình thoi trung bình 12×15

Mê cung hình thoi trung bình 20×24

Mê cung hình thoi khó 20×24

Mê cung hình thoi khó 30×37

Mê cung vuông vát dễ 9×12

Mê cung vuông vát dễ 12×15

Mê cung vuông vát trung bình 12×15

Mê cung vuông vát trung bình 20×24

Mê cung vuông vát khó 20×24

Mê cung vuông vát khó 30×37

Mê cung vuông vát 2 dễ 9×12

Mê cung lát gạch Cairo dễ 9×12

Mê cung lát gạch Cairo dễ 12×15

Mê cung lát gạch Cairo dễ 13×16

Mê cung lát gạch Cairo trung bình 13×15

Mê cung lát gạch Cairo trung bình 20×24

Mê cung lát gạch Cairo khó 20×24

Mê cung lát gạch Cairo khó 30×37

Mê cung tròn khó 20×20

 Mê Cung Thật Nhiều!

Mê cung tròn khó 25×25

Mê cung tròn khó 30×30

Mê cung tròn khó 35×35

Mê cung vuông tam giác dễ 9×12

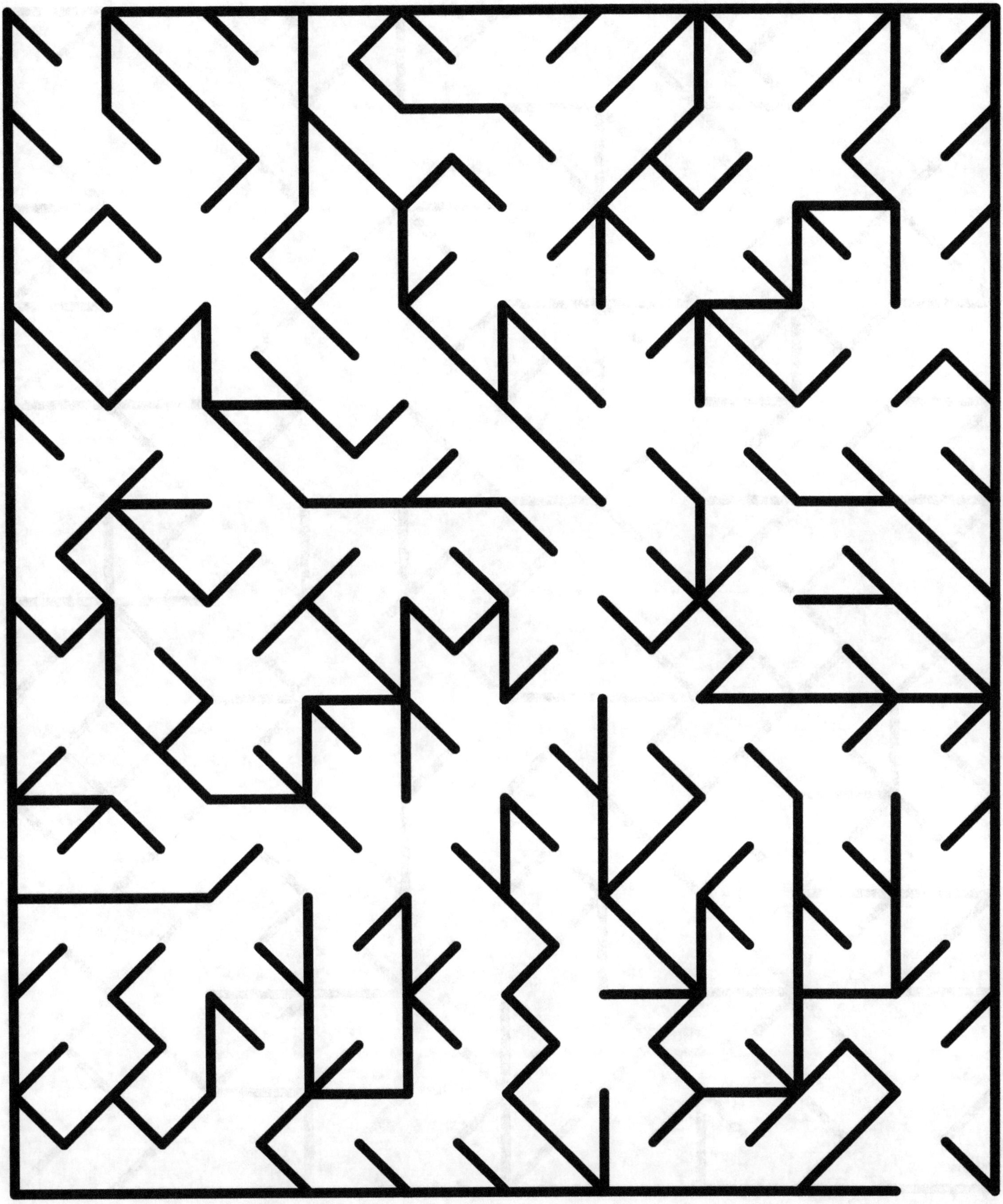

Mê cung vuông tam giác dễ 12×15

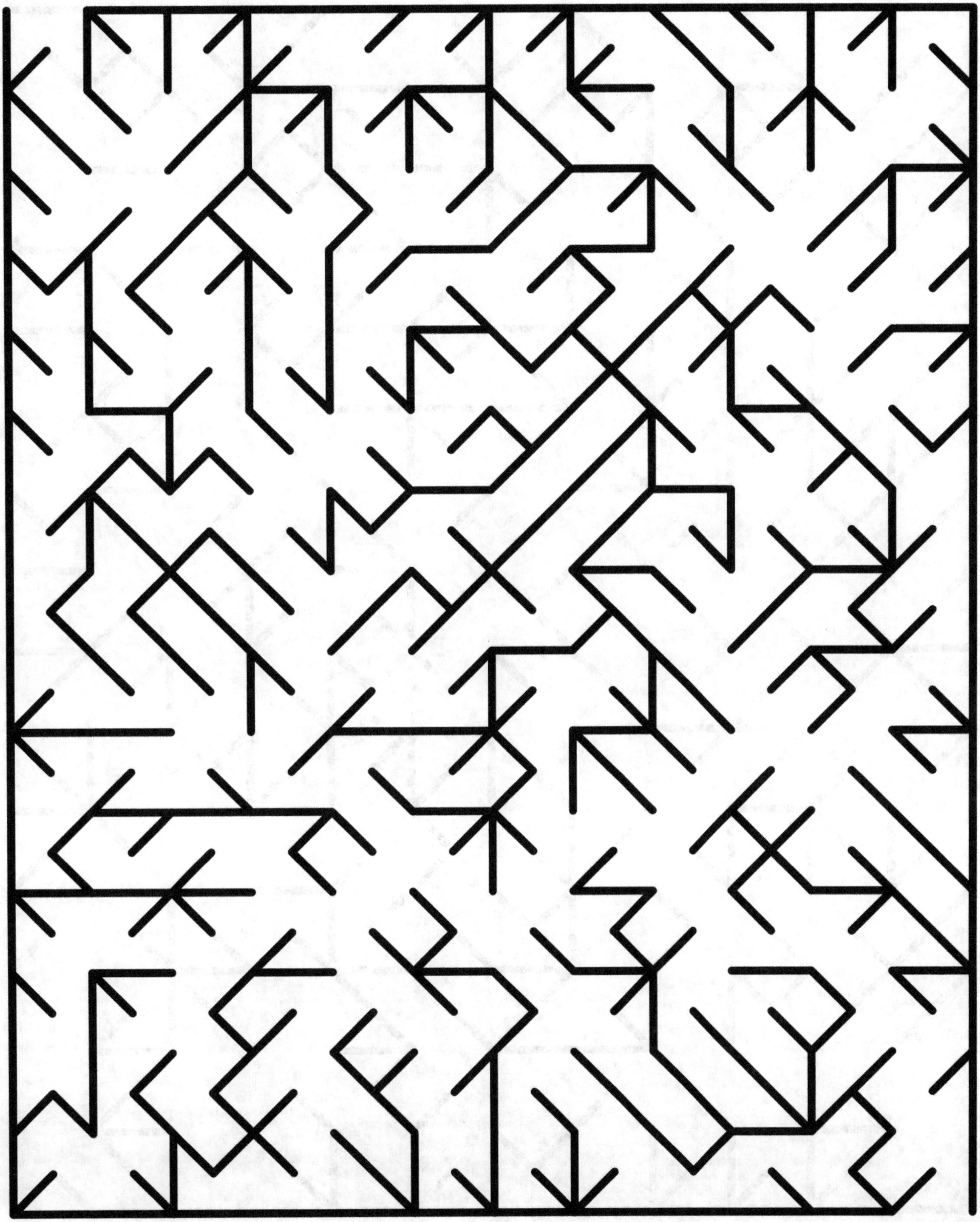

Mê cung vuông tam giác trung bình 12×15

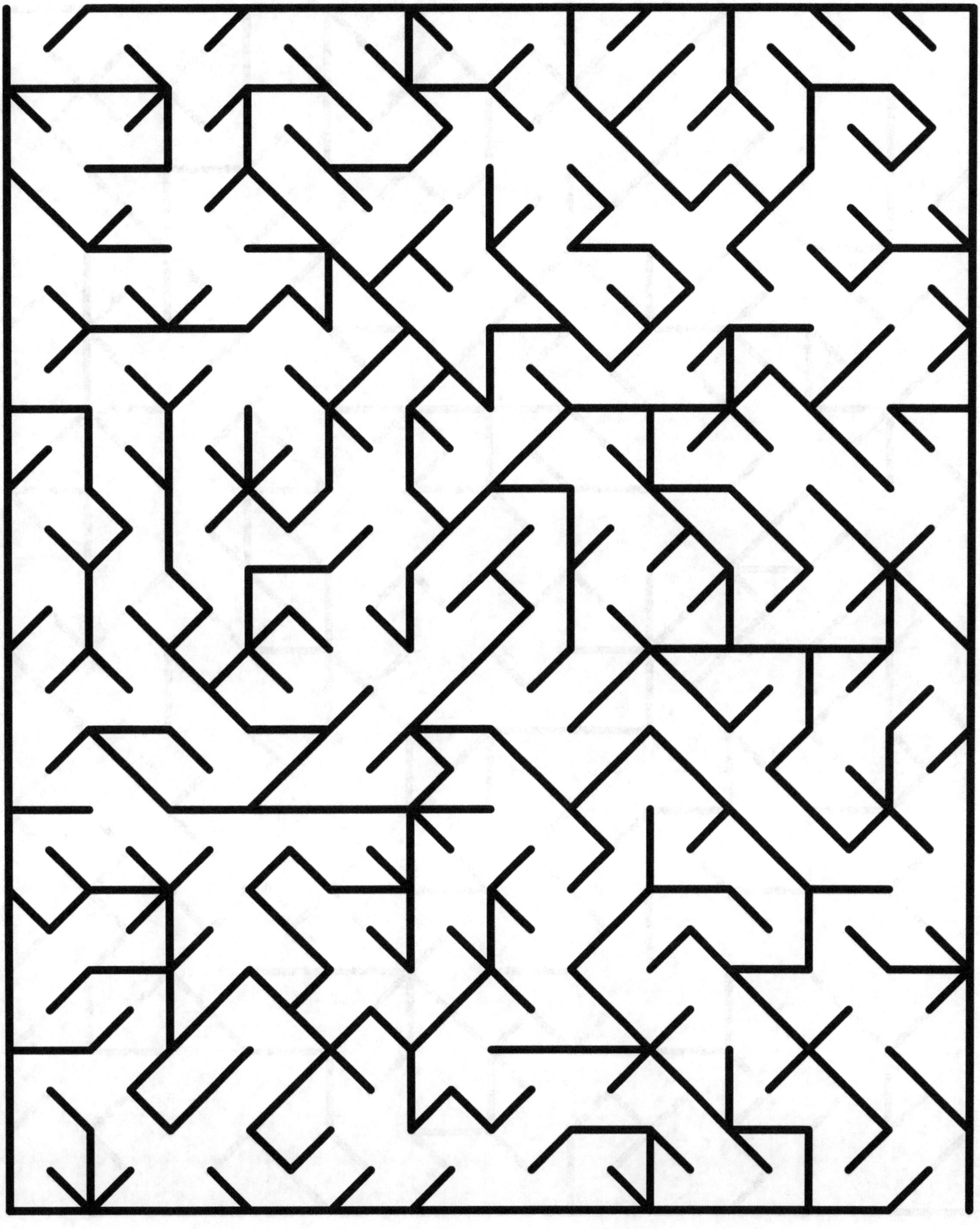

Mê cung vuông tam giác trung bình 20×24

Mê cung vuông tam giác khó 20×24

Mê cung vuông tam giác khó 30×37

Lời Giải

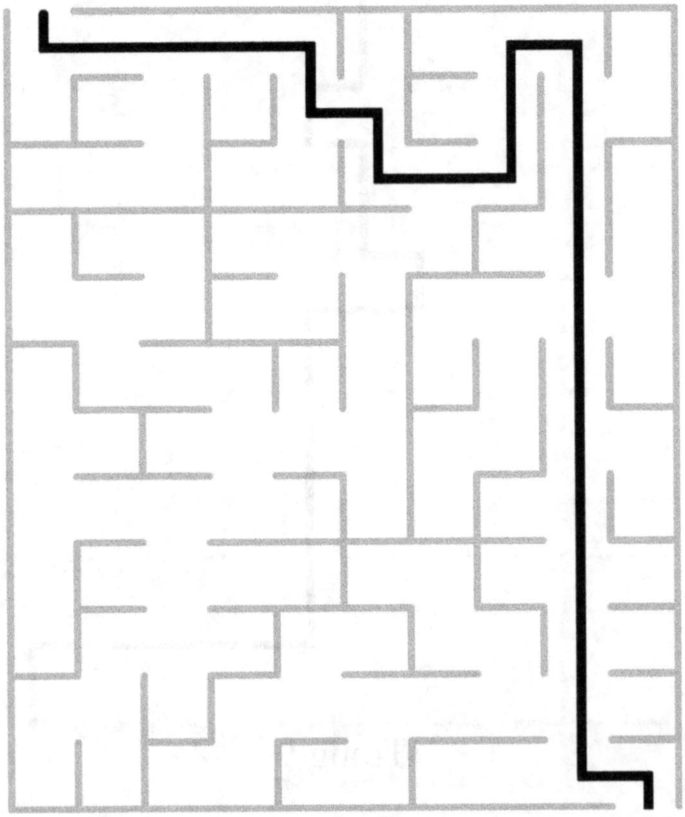

Trang 4

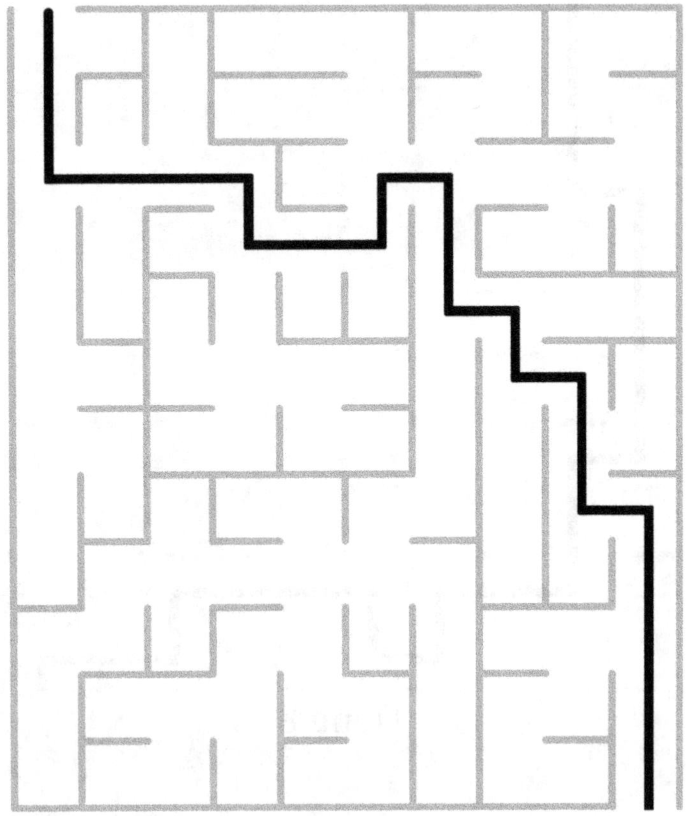

Trang 5

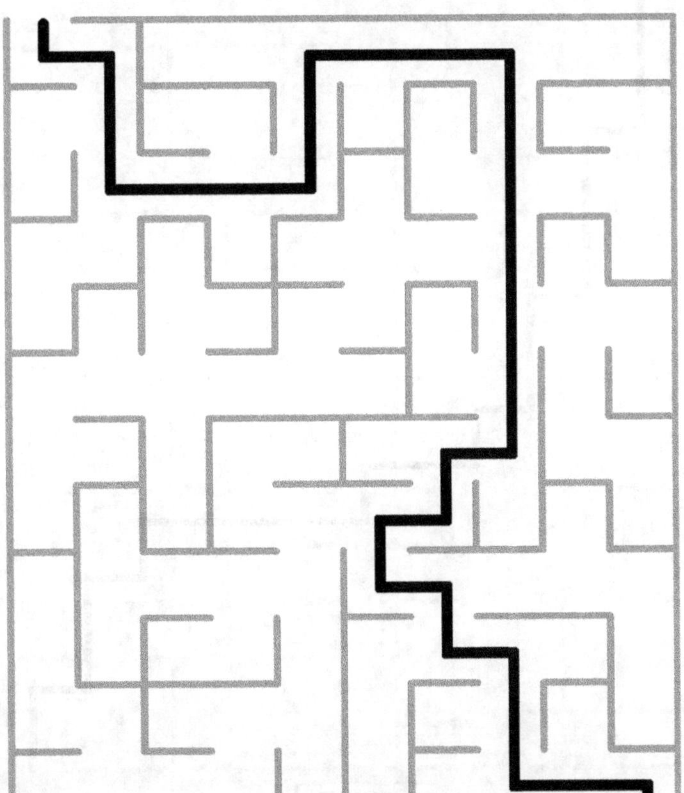

Trang 6

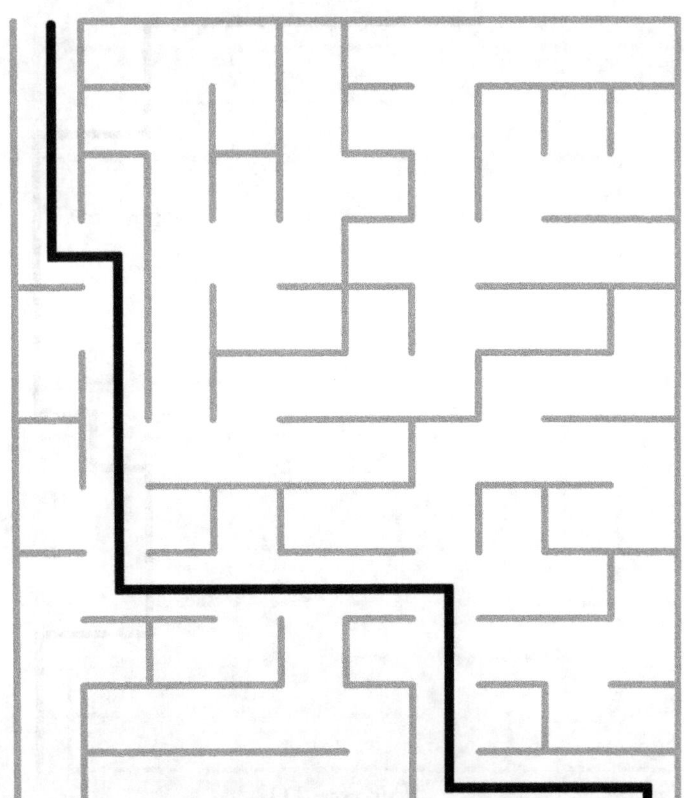

Trang 7

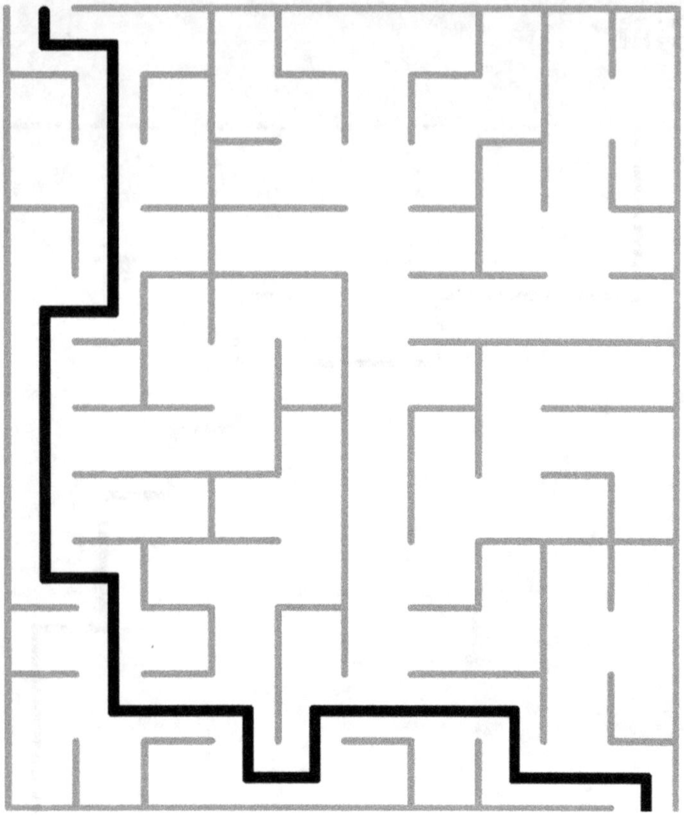

Trang 8

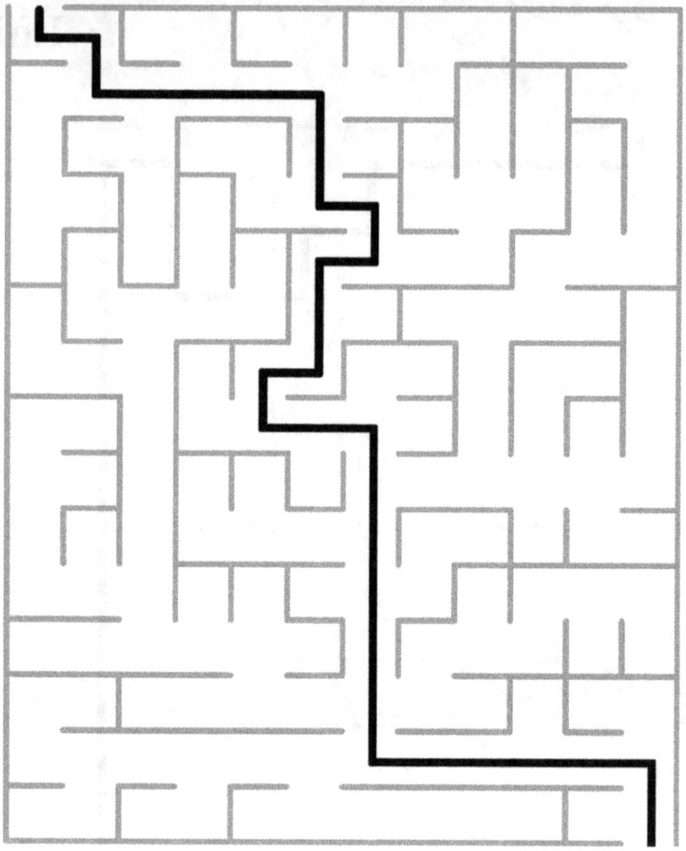

Trang 9

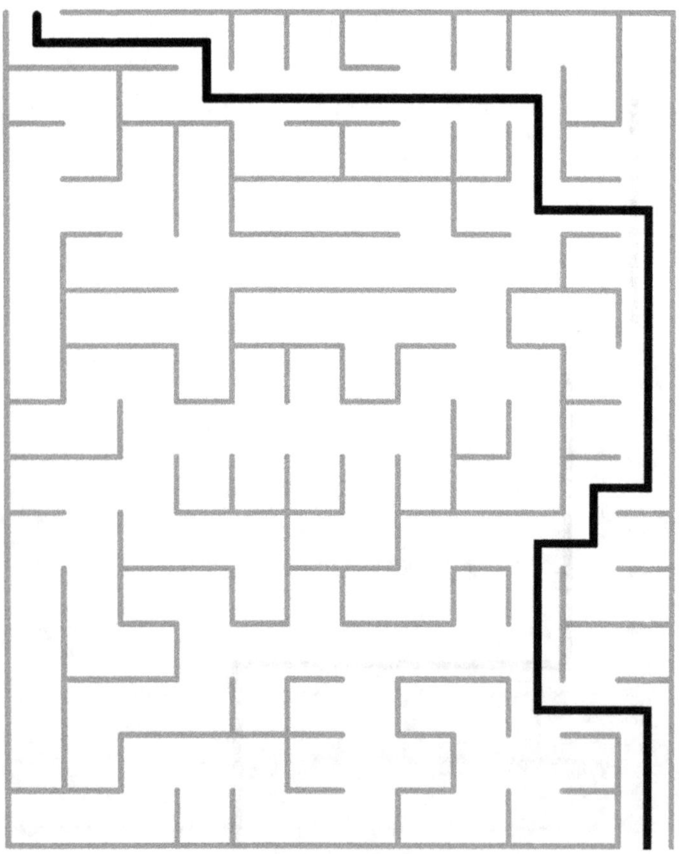

Trang 10

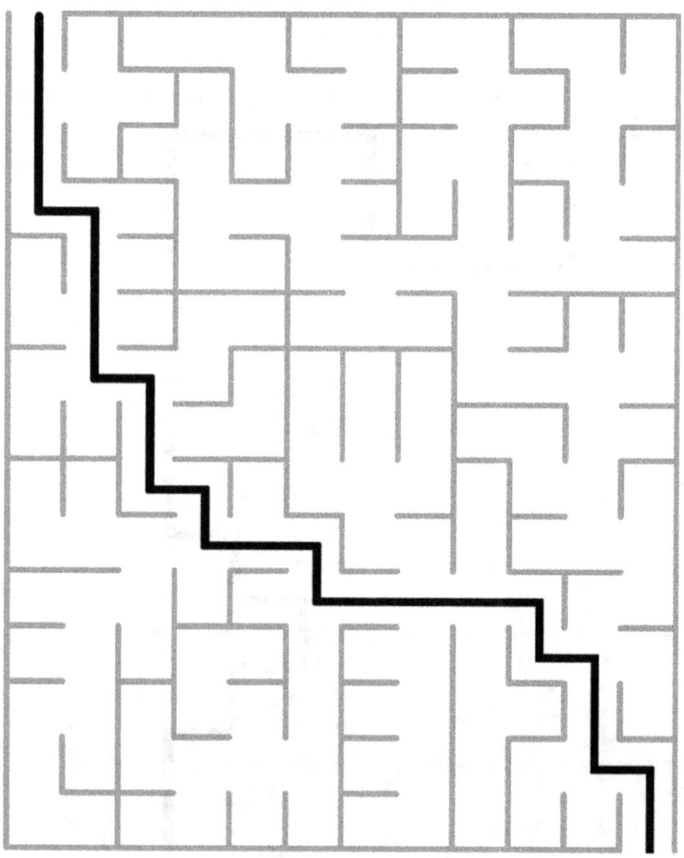

Trang 11

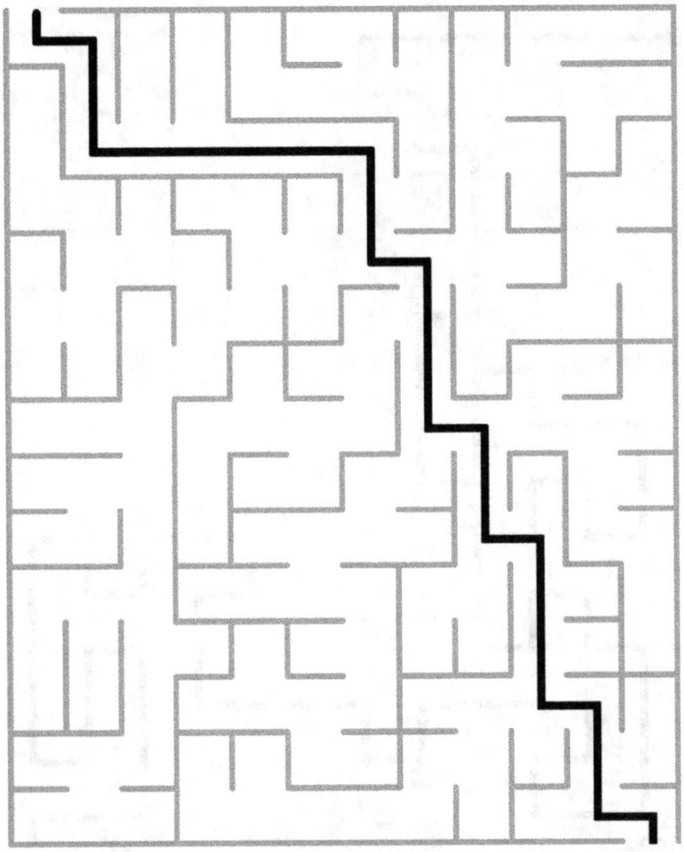

Trang 12

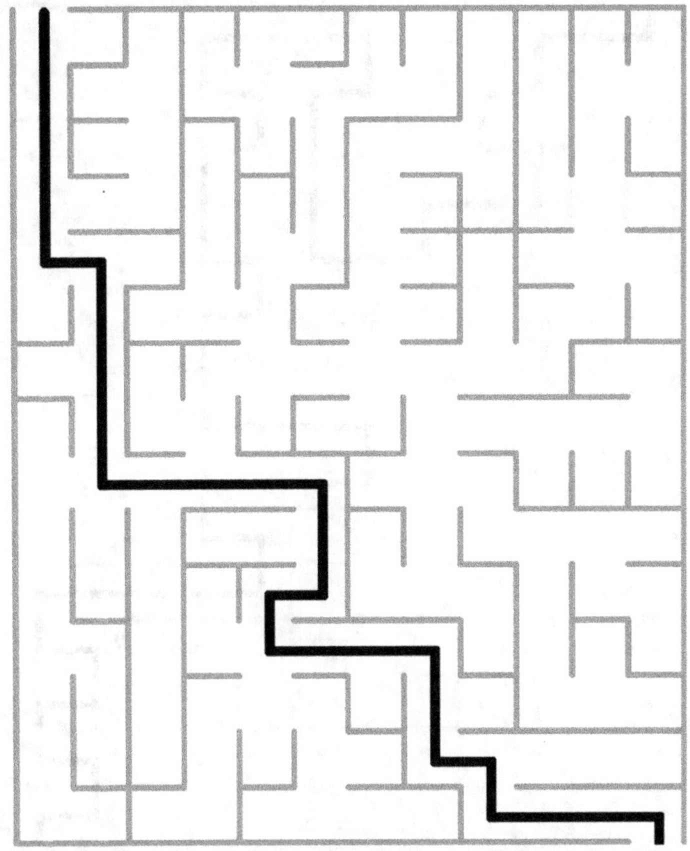

Trang 13

Trang 14

Trang 15

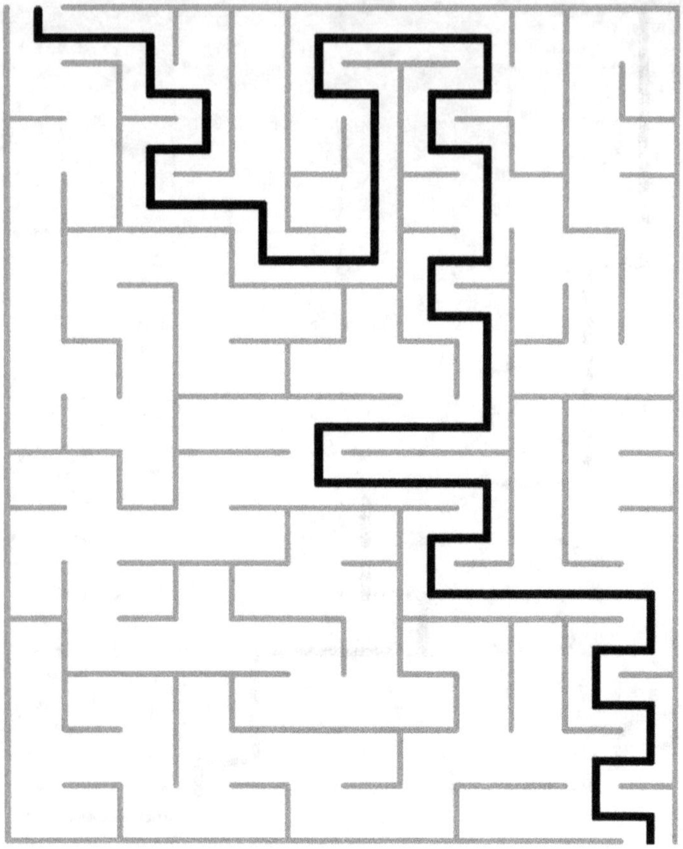

Trang 16

Trang 17

Trang 18

Trang 19

Trang 20

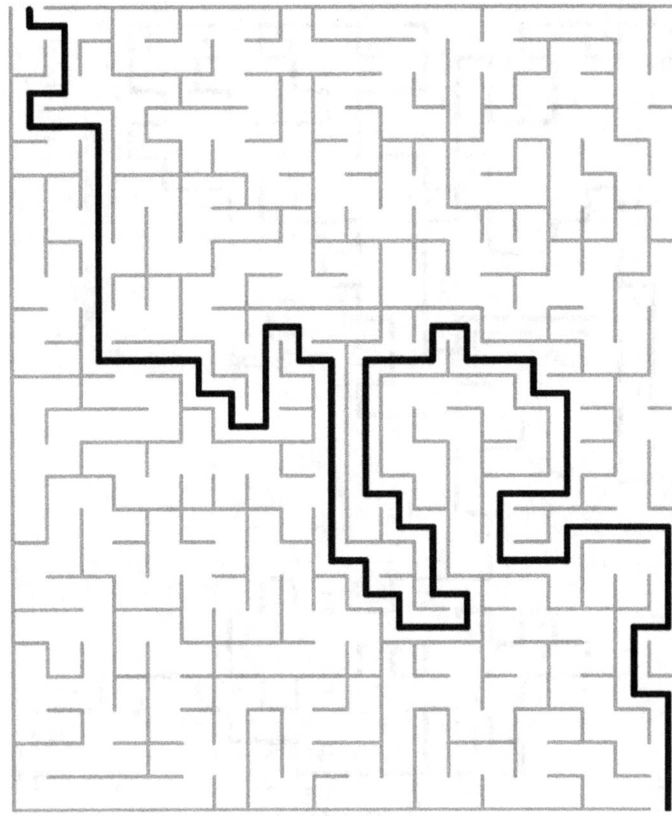

Trang 21

Trang 22

Trang 23

Trang 24

Trang 25

Trang 26

Trang 27

Trang 28

Trang 29

Trang 30

Trang 31

Trang 32

Trang 33

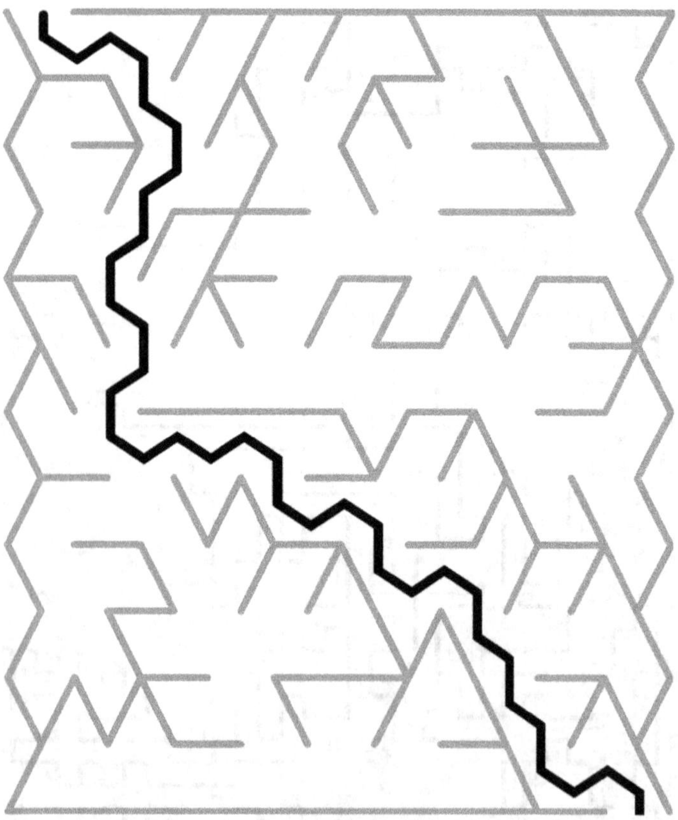

Trang 34

Trang 35

Trang 36

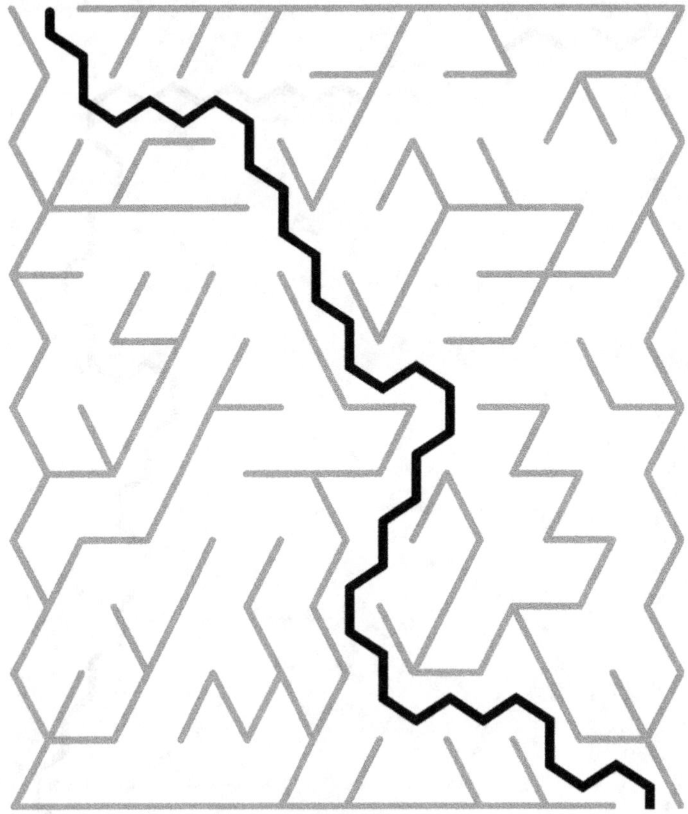

Trang 37

Trang 38

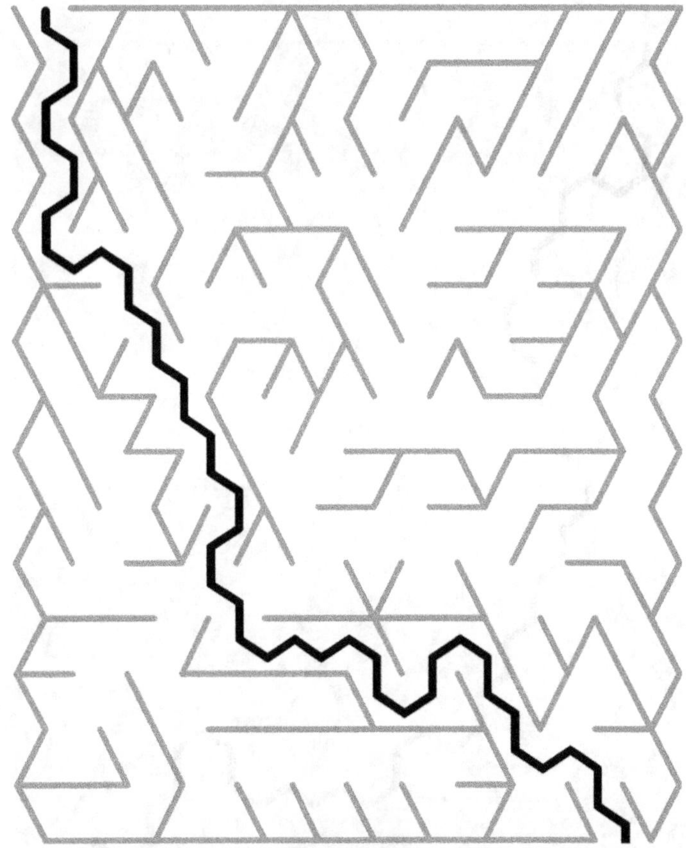

Trang 39

Trang 40

Trang 41

Trang 42

Trang 43

Trang 44

Trang 45

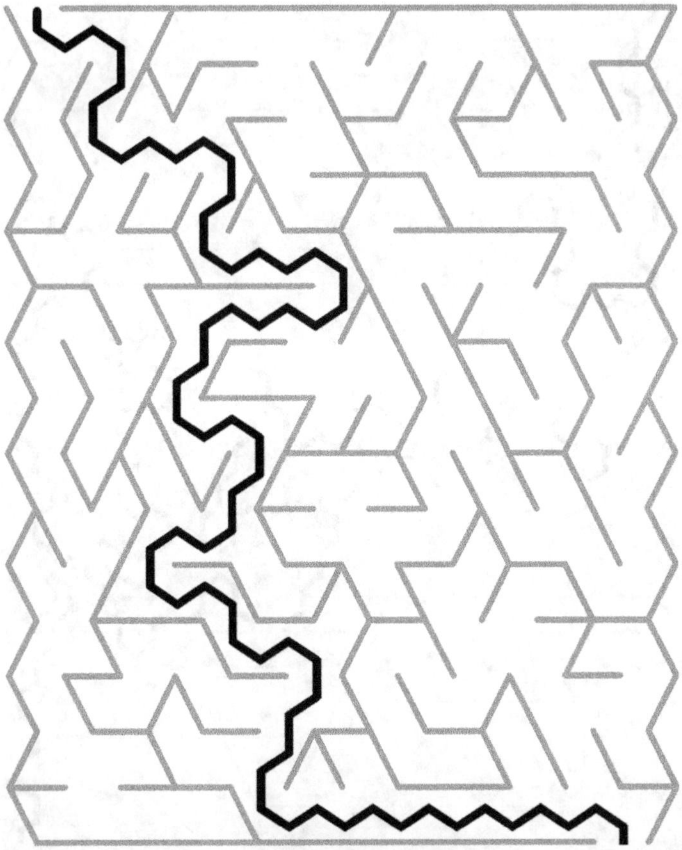

Trang 46

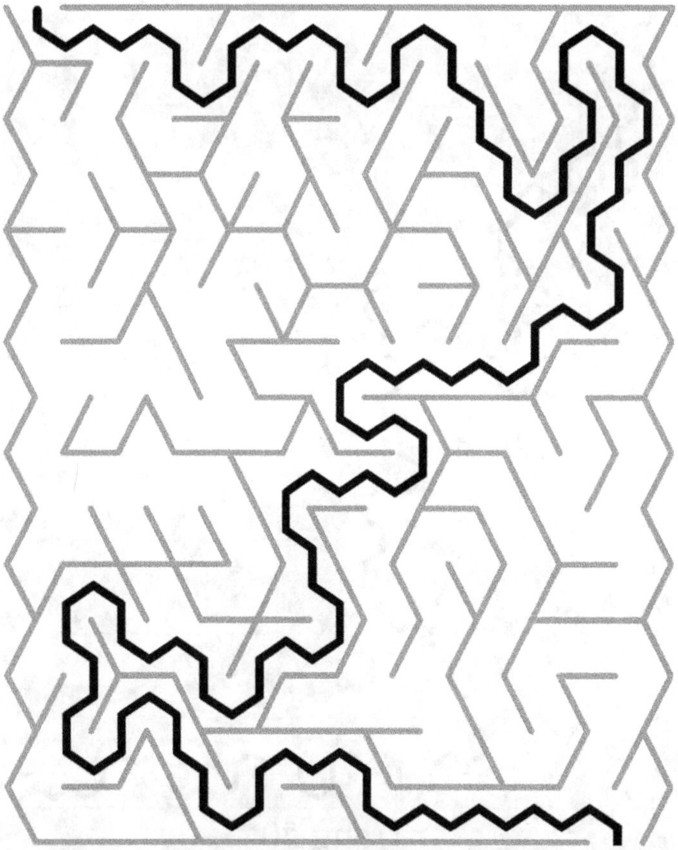

Trang 47

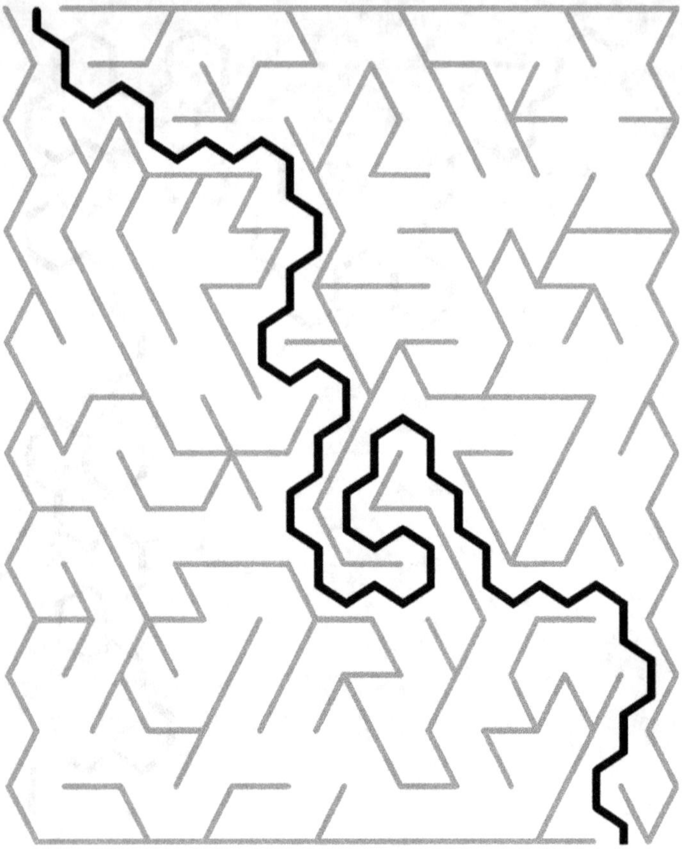
Trang 48

Trang 49

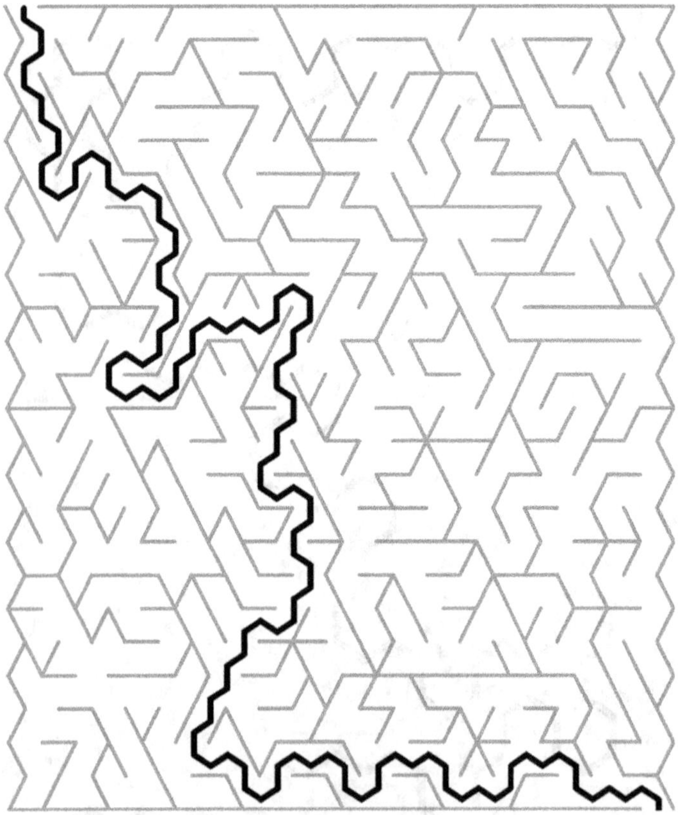
Trang 50

Trang 51

Trang 52

Trang 53

Trang 54

Trang 55

Trang 56

Trang 57

Trang 58

Trang 59

Trang 60

Trang 61

Trang 62

Trang 63

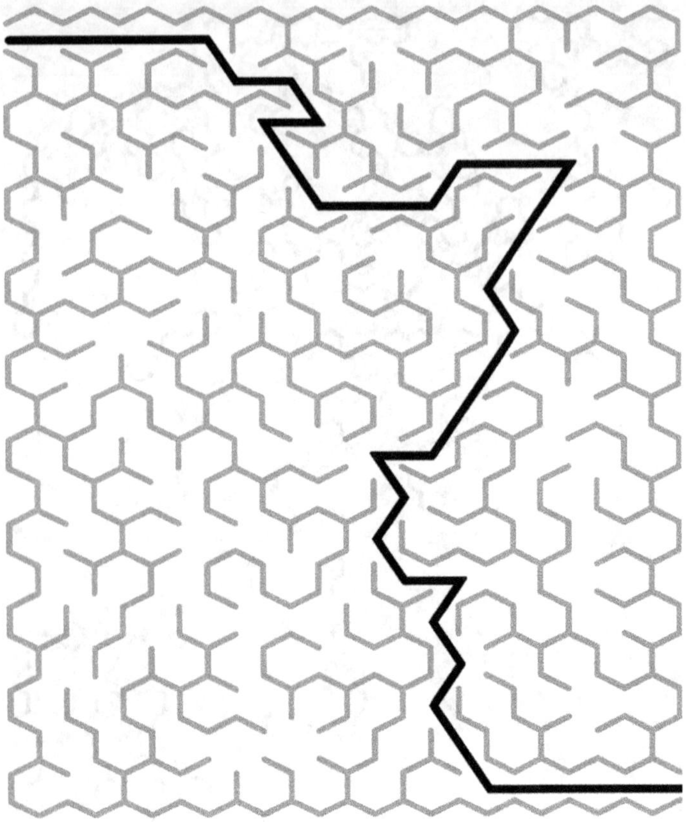

Trang 64

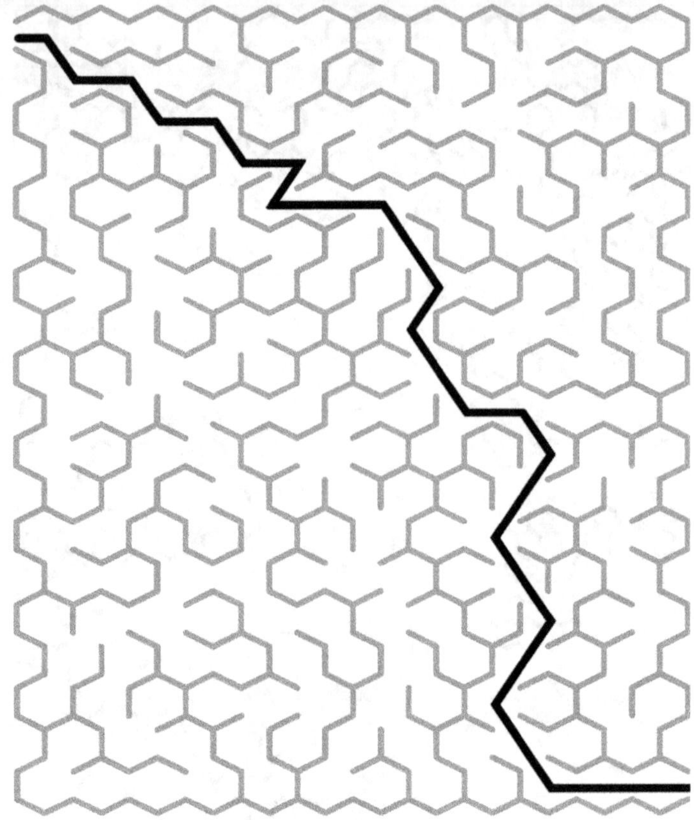

Trang 65

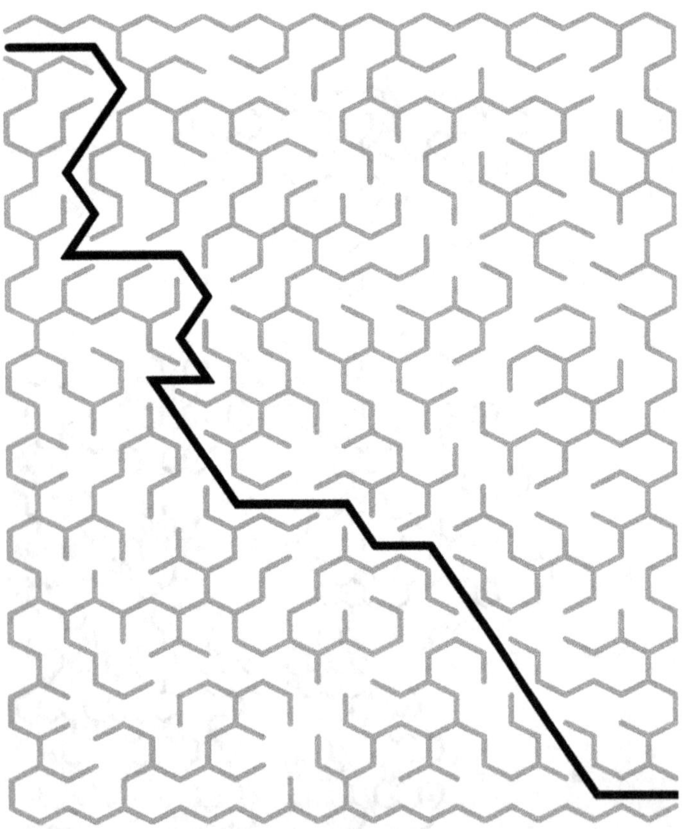

Trang 66

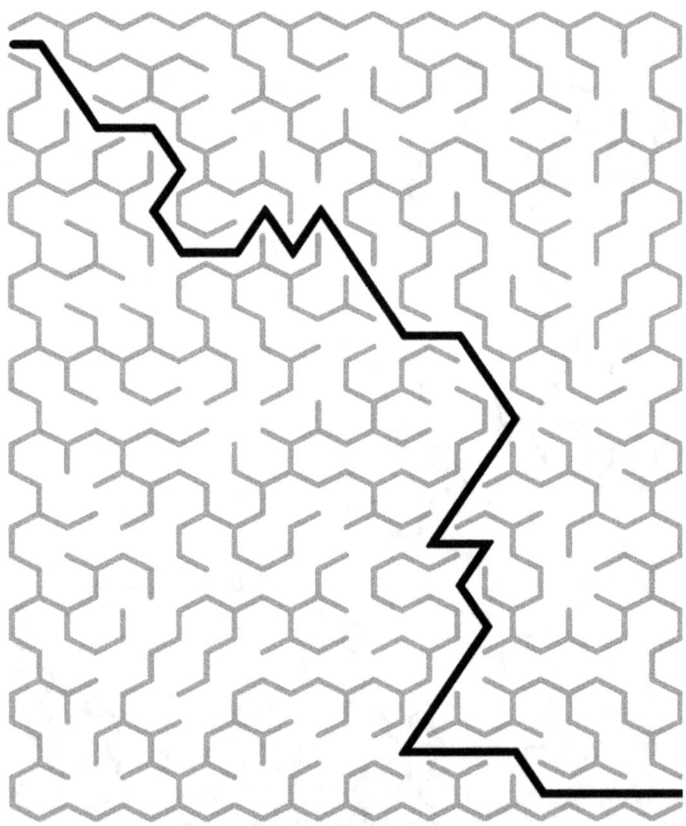

Trang 67

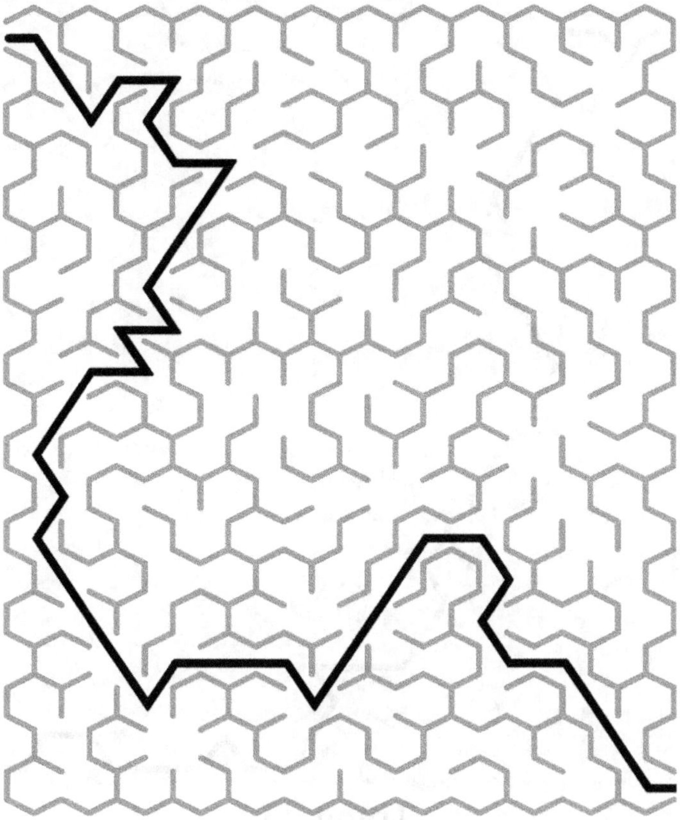

Trang 68

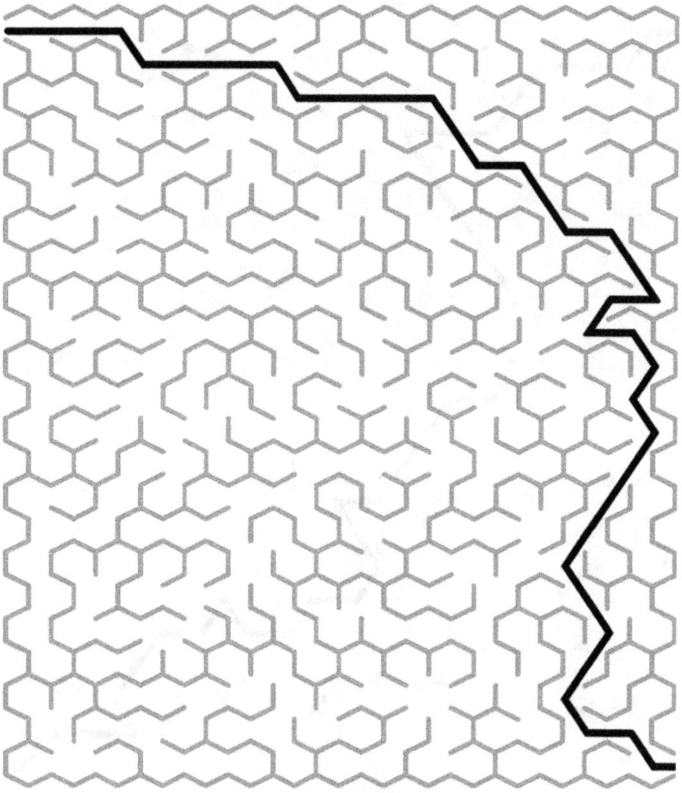

Trang 69

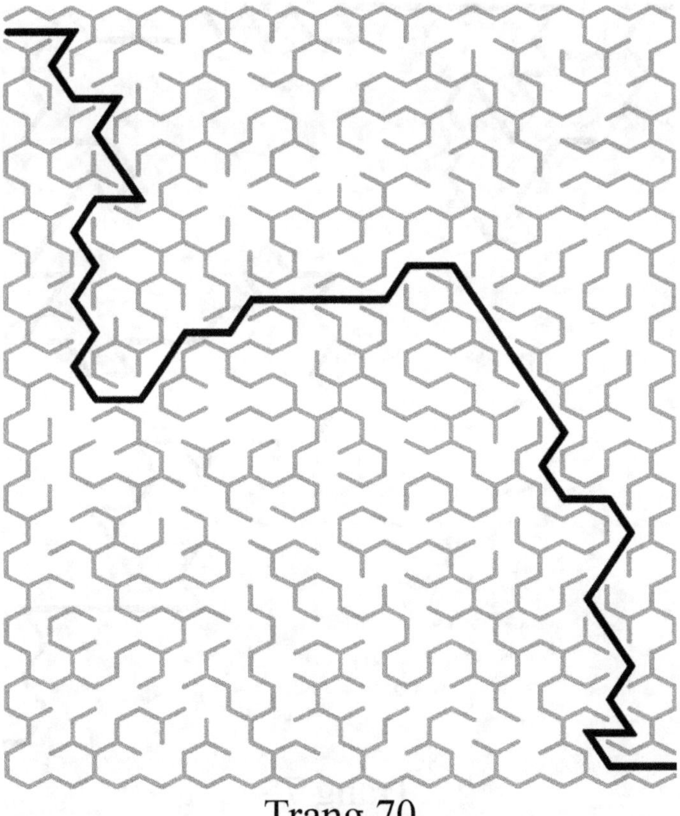

Trang 70

Trang 71

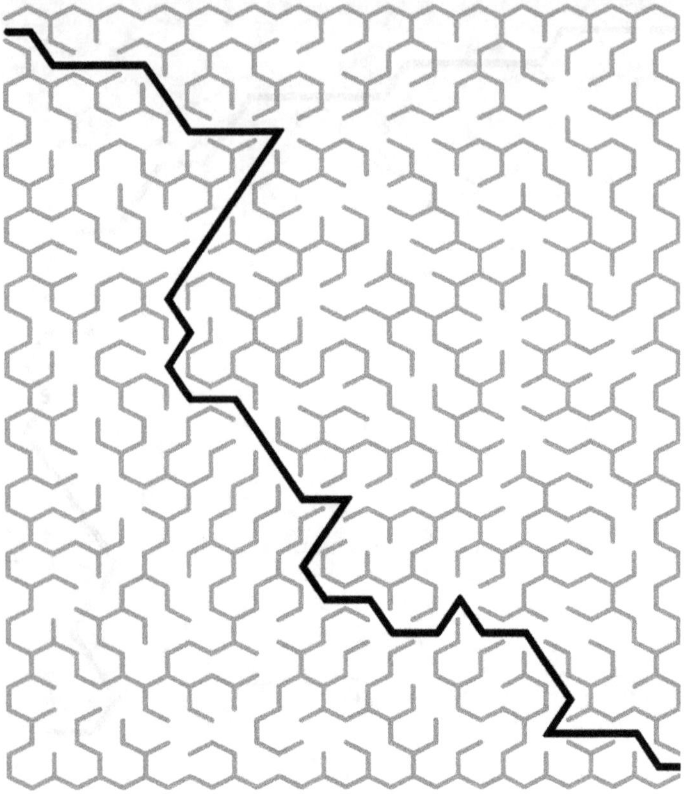

Trang 72

Trang 73

Trang 74

Trang 75

Trang 76

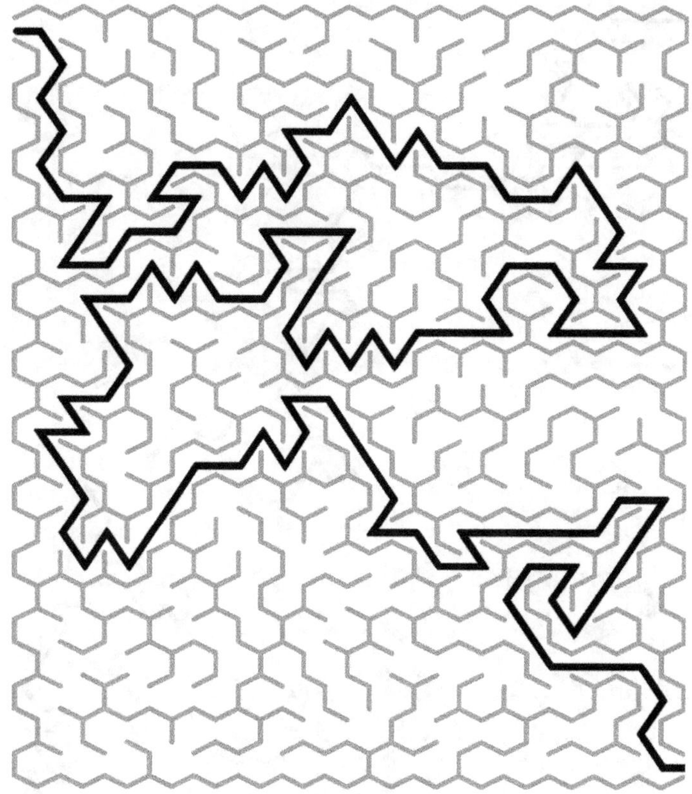
Trang 77

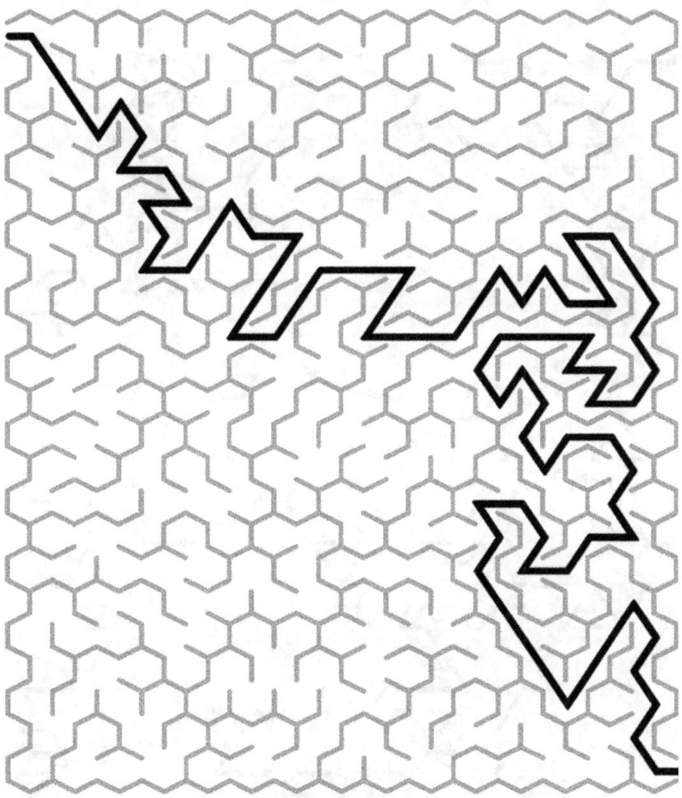
Trang 78

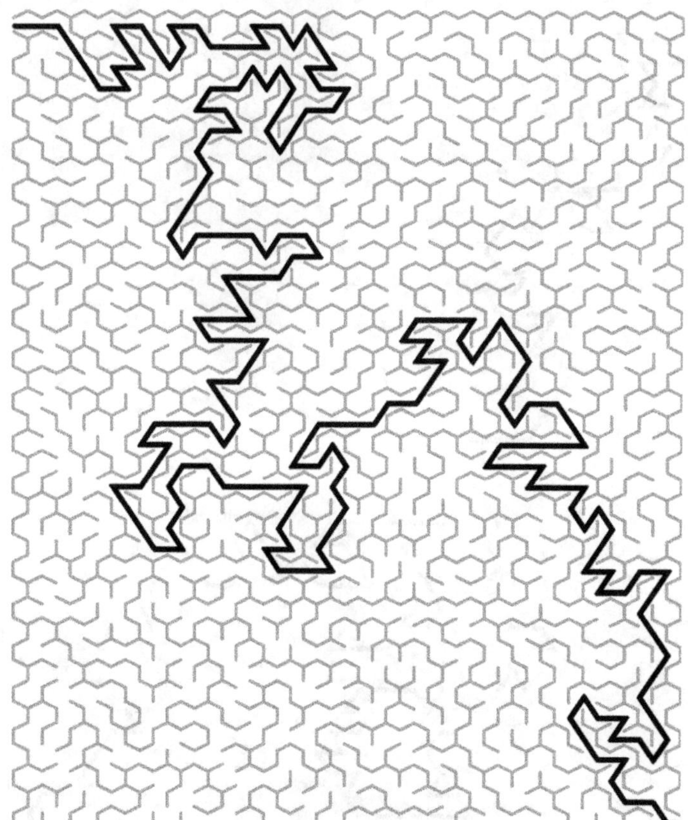
Trang 79

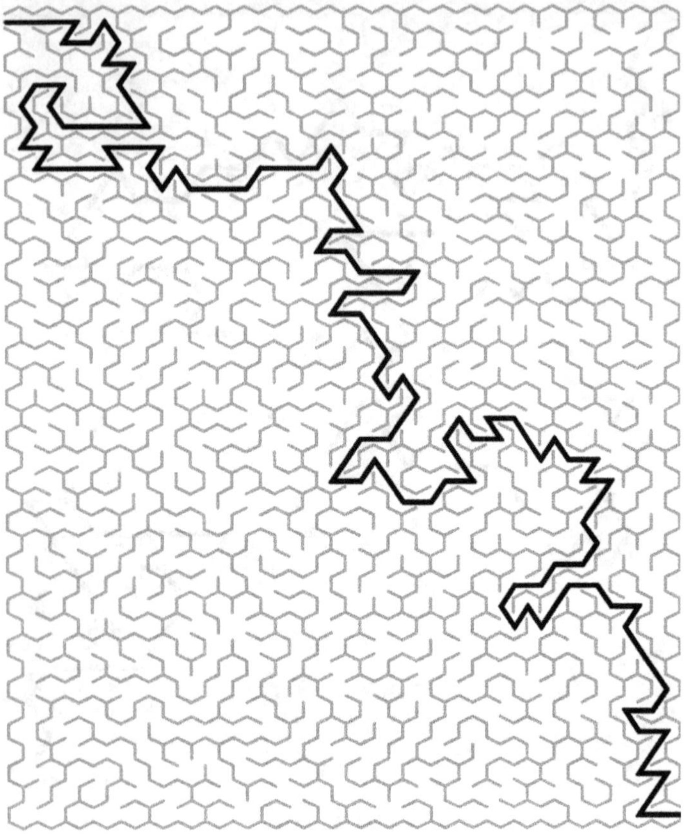

Trang 80

Trang 81

Trang 82

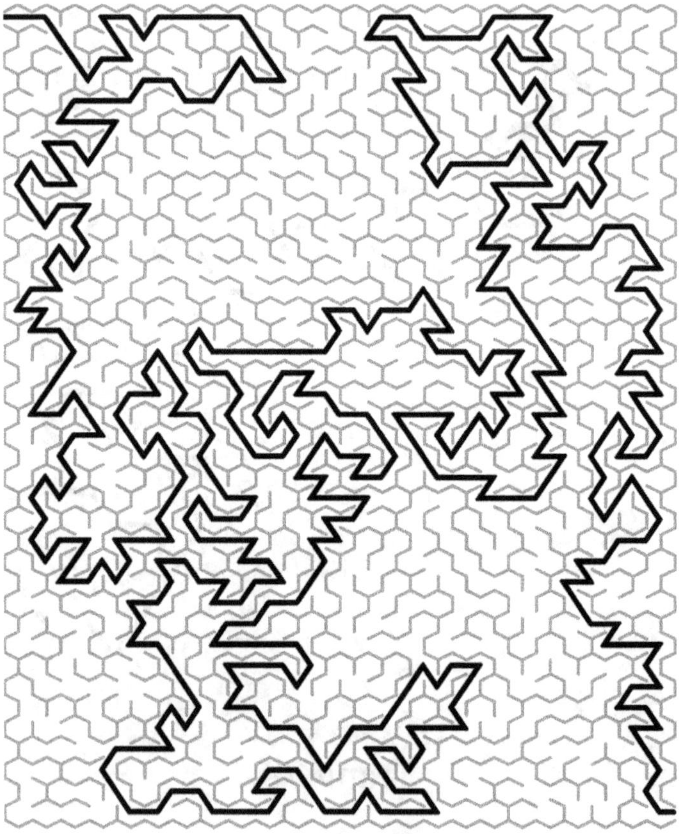

Trang 83

Trang 84

Trang 85

Trang 86

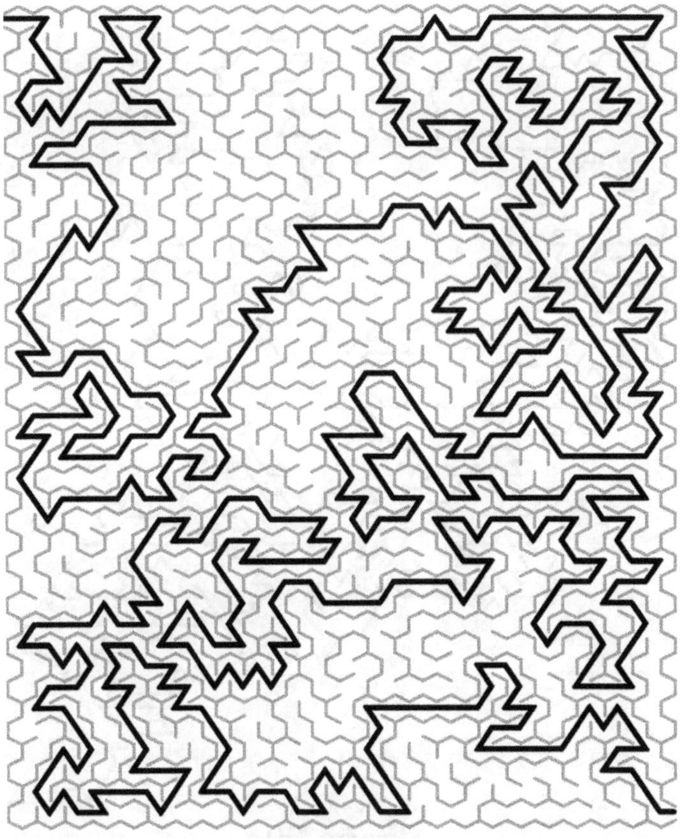

Trang 87

Trang 88

Trang 89

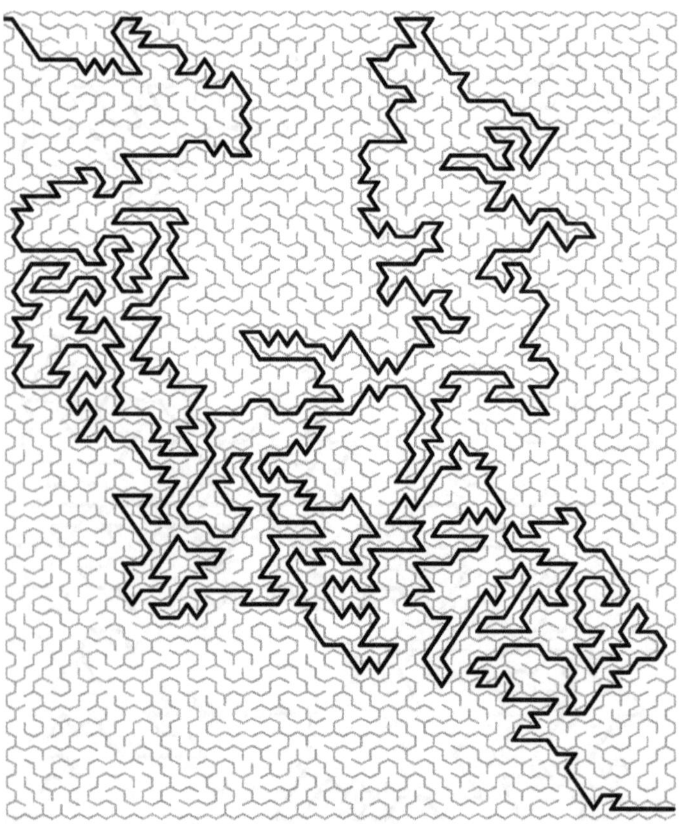

Trang 90

Trang 91

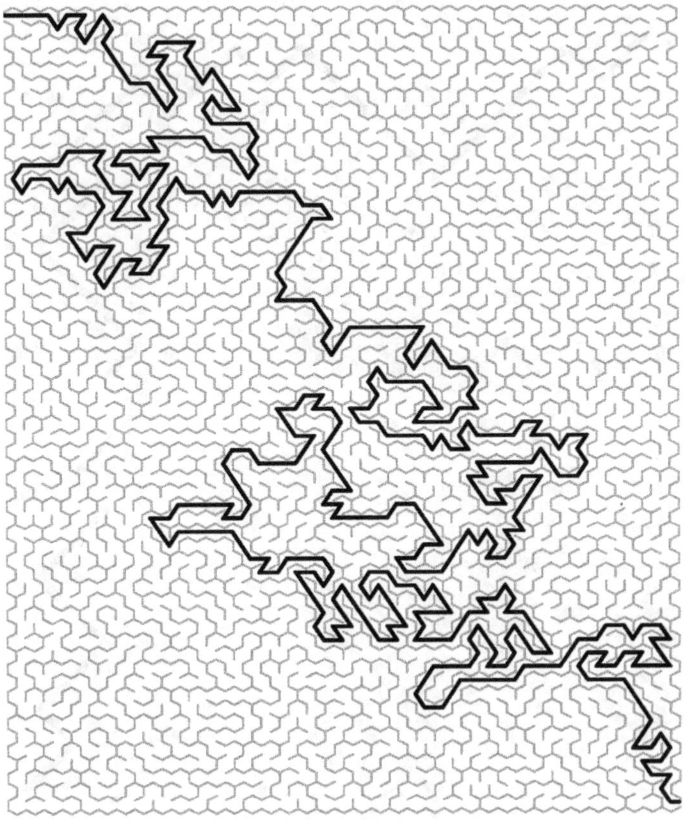

Trang 92

Trang 93

Trang 94

Trang 95

Trang 96

Trang 97

Trang 98

Trang 99

Trang 100

Trang 101

Trang 102

Trang 103

Trang 104

Trang 105

Trang 106

Trang 107

Trang 108

Trang 109

Trang 110

Trang 111

Trang 112

Trang 113

Trang 114

Trang 115

Trang 116

Trang 117

Trang 118

Trang 119

Trang 120

Trang 121

Trang 122

Trang 123

Trang 124

Trang 125

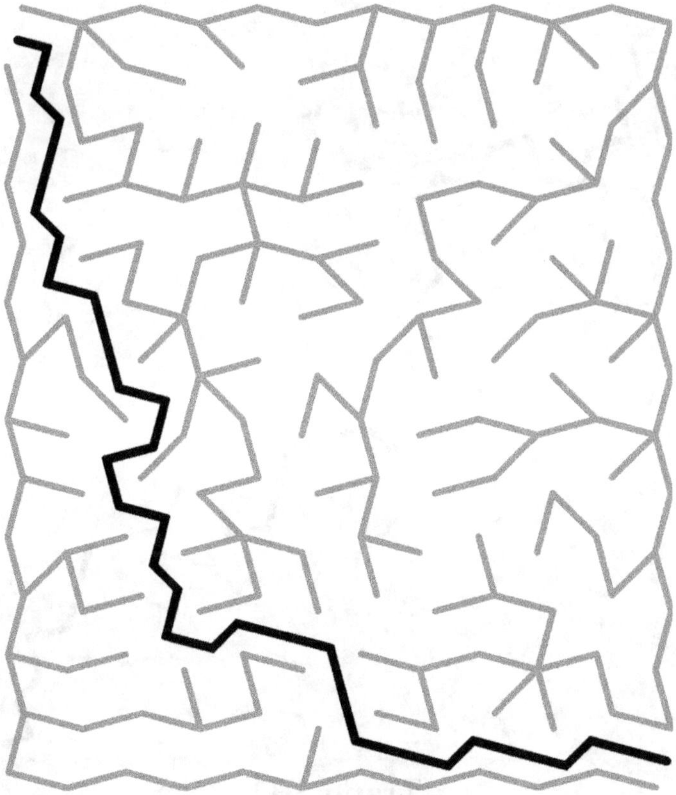

Trang 126

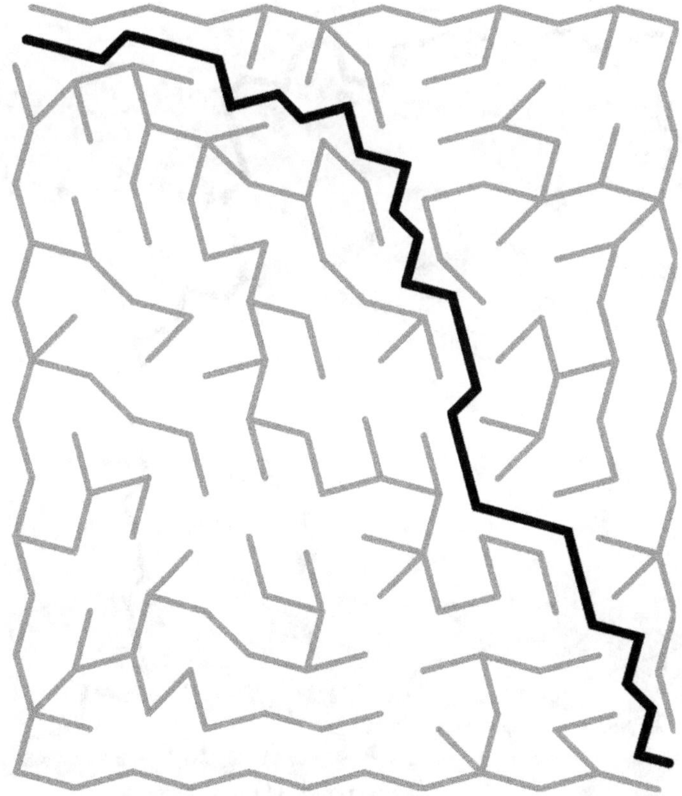

Trang 127

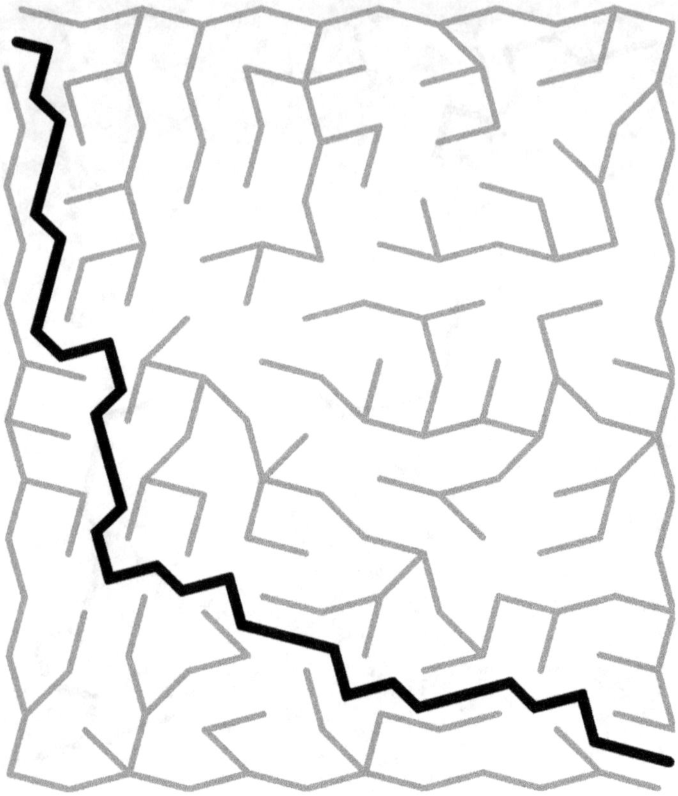

Trang 128

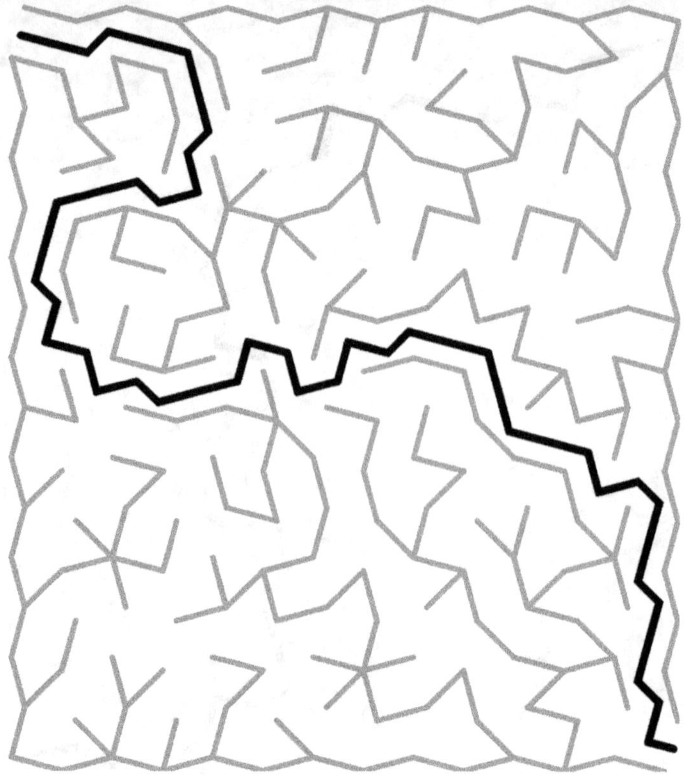

Trang 129

Trang 130

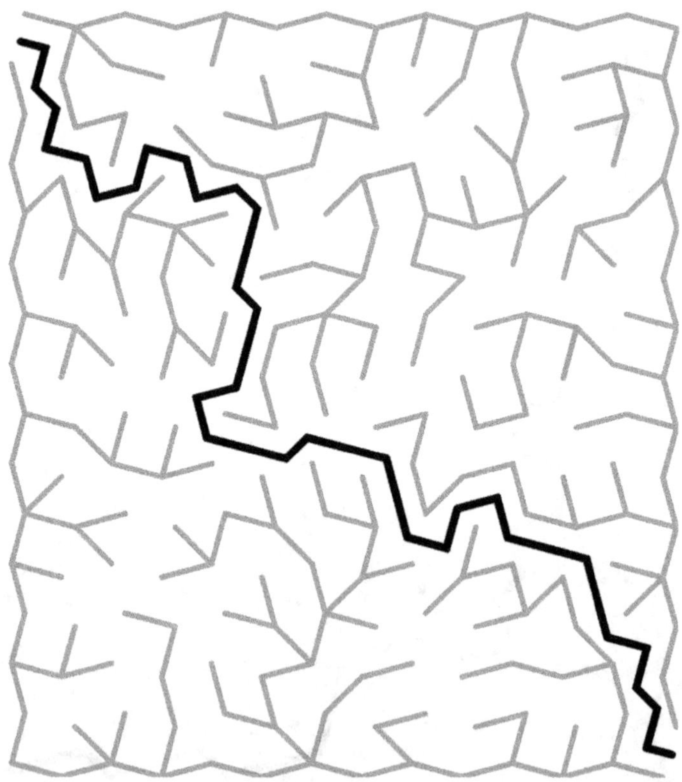

Trang 131

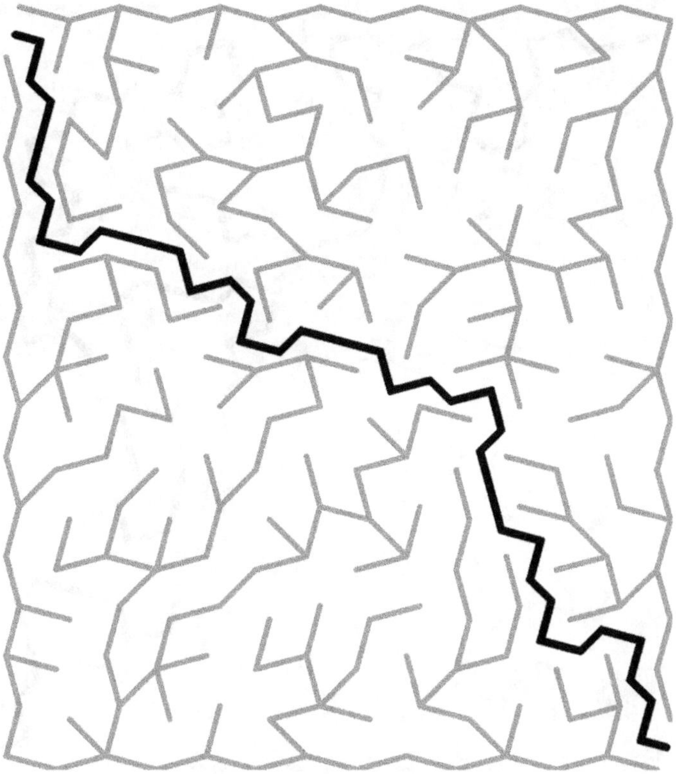

Trang 132

Trang 133

Trang 134

Trang 135

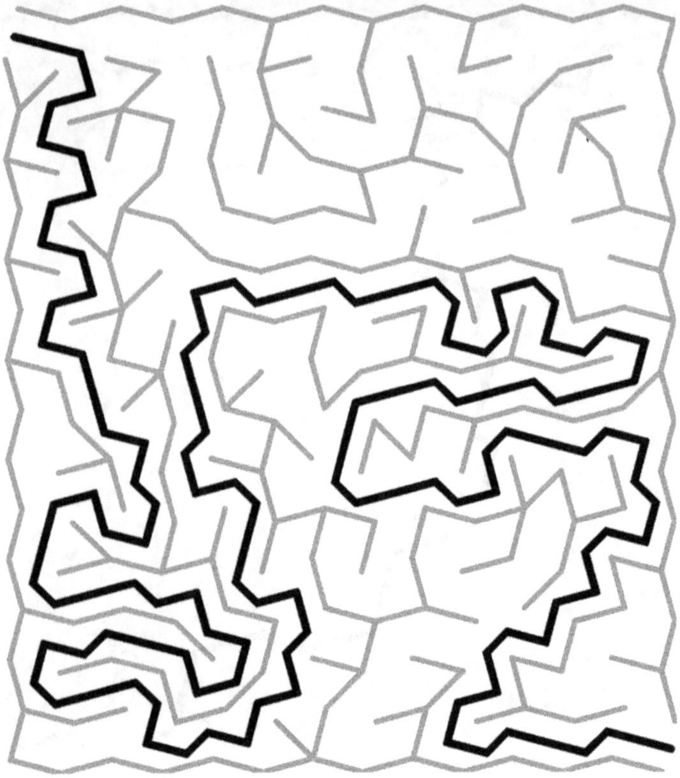

Trang 136

Trang 137

Trang 138

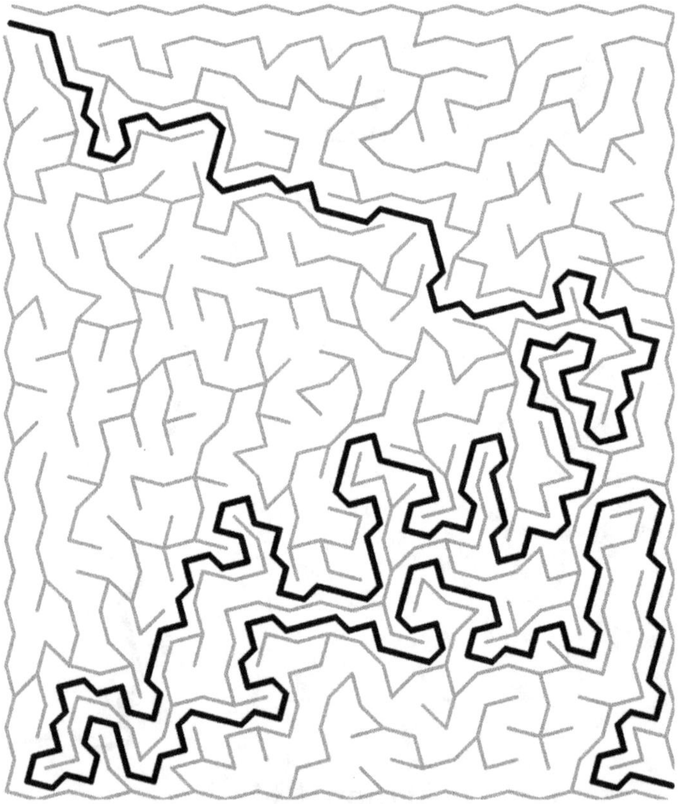

Trang 139

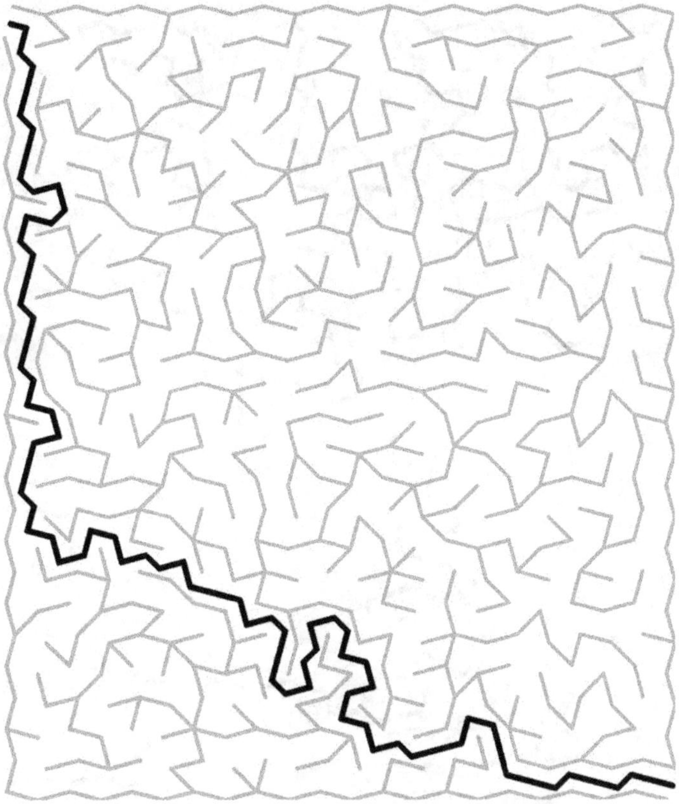

Trang 140

Trang 141

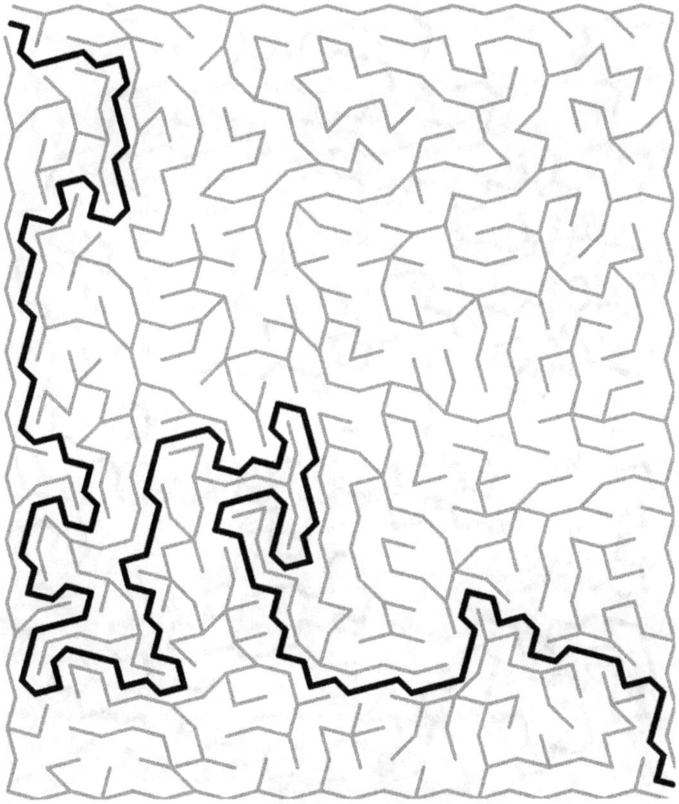

Trang 142

Trang 143

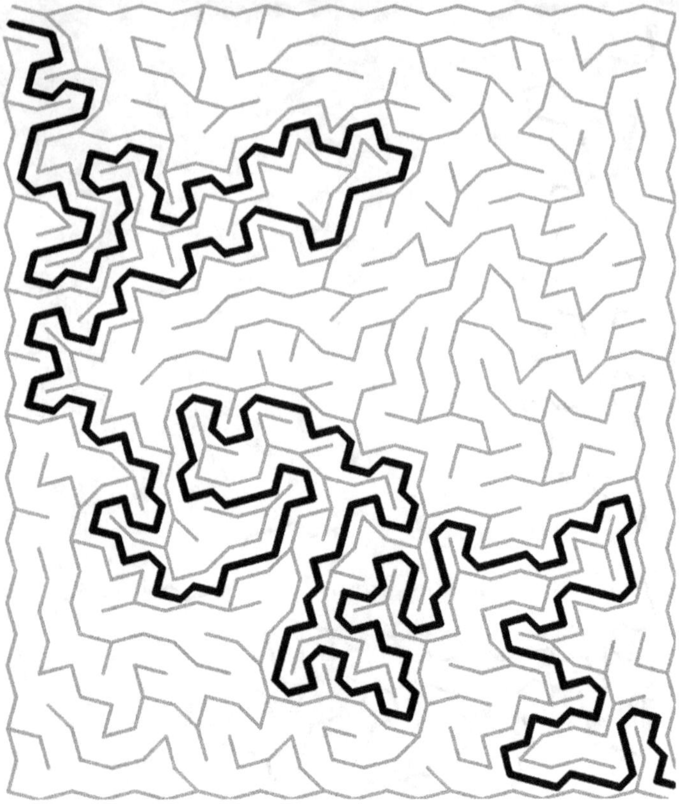

Trang 144

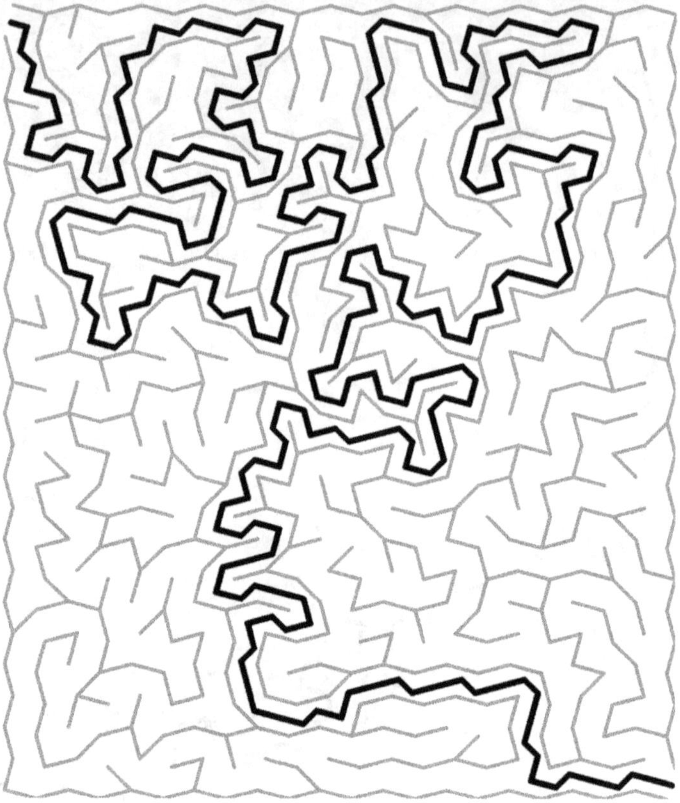

Trang 145

Trang 146

Trang 147

Trang 148

Trang 149

Trang 150

Trang 151

Trang 152

Trang 153

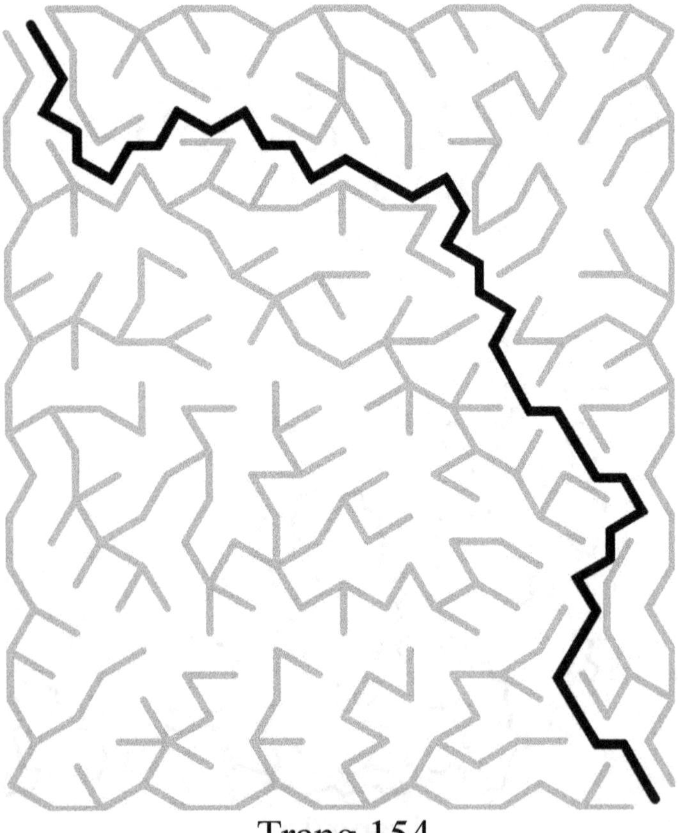
Trang 154

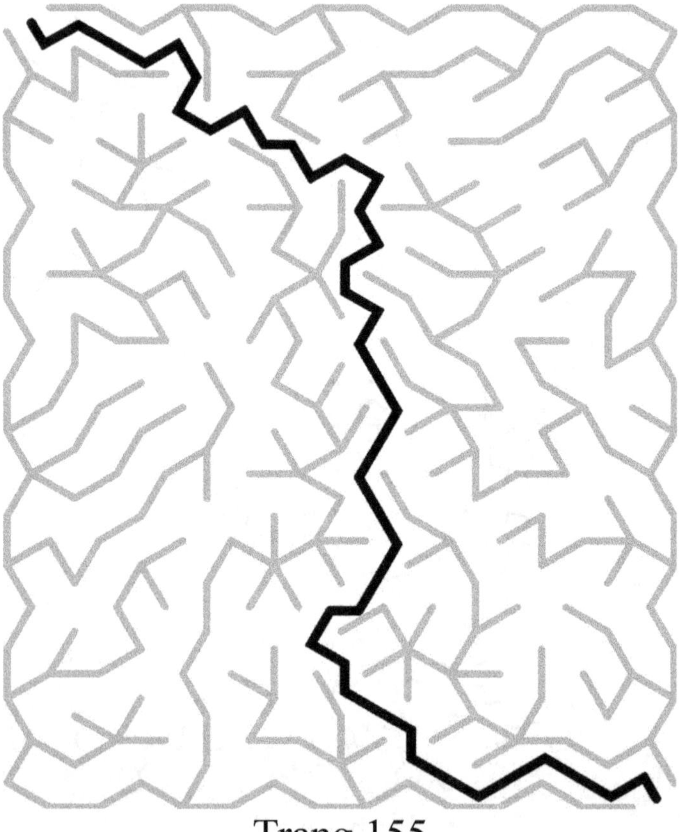
Trang 155

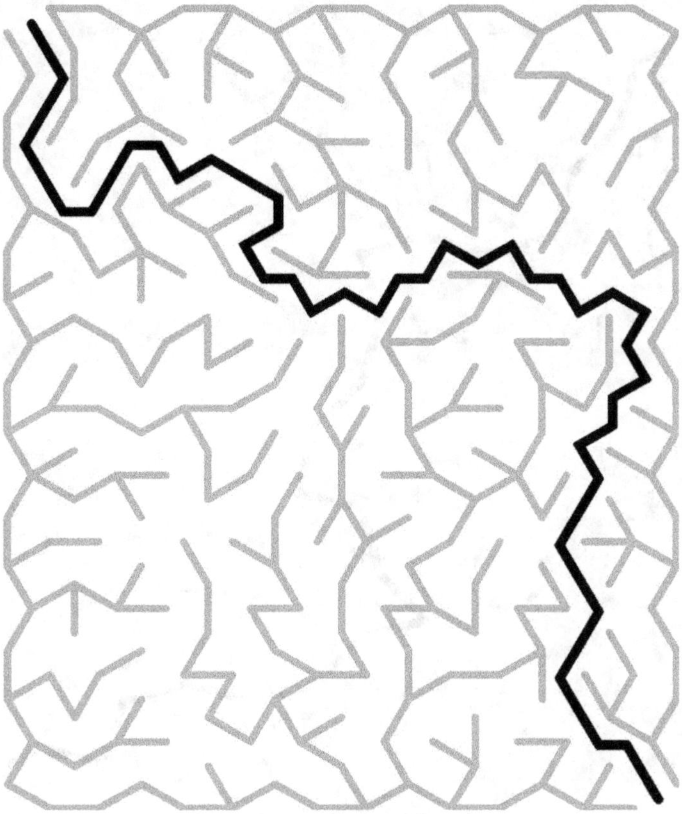
Trang 156

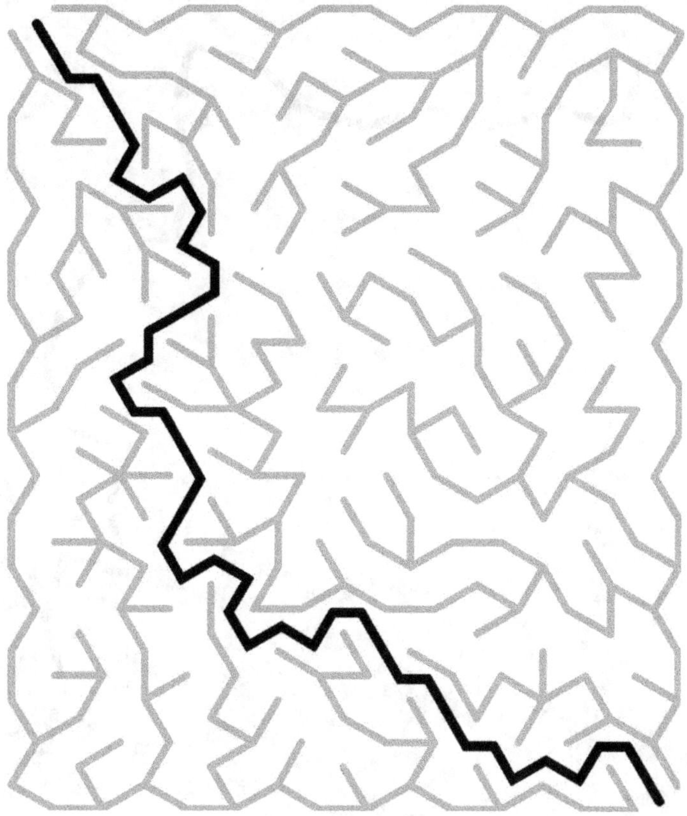
Trang 157

Trang 158

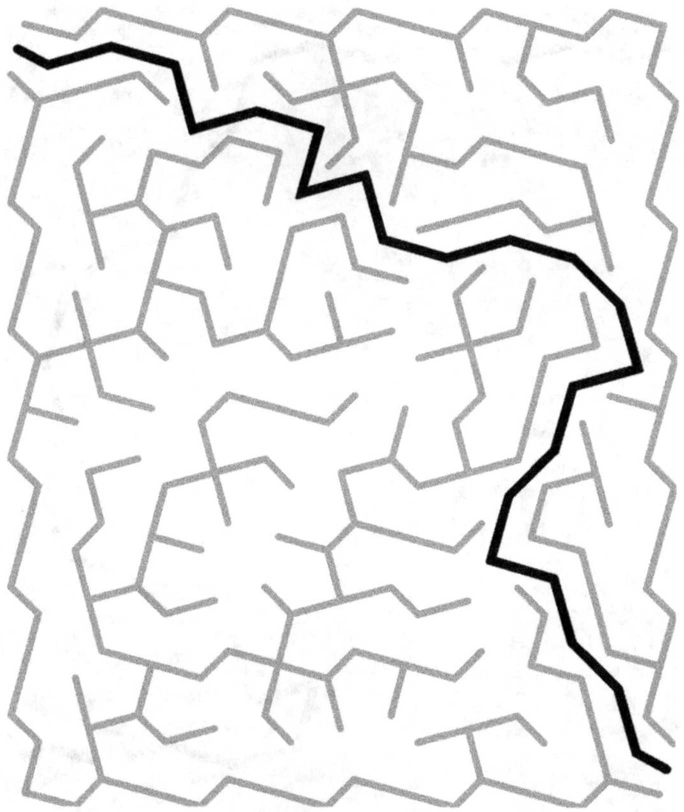
Trang 159

Trang 160

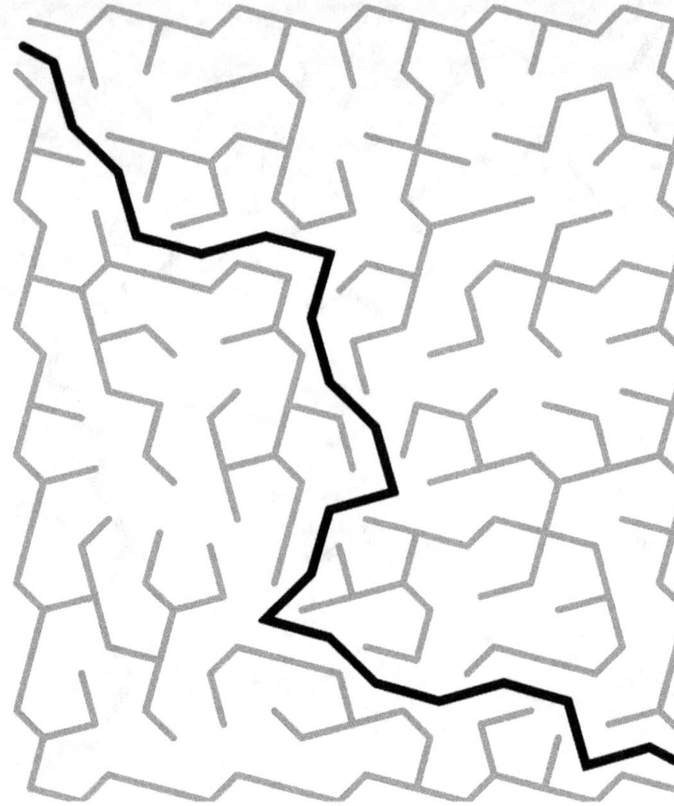

Trang 161

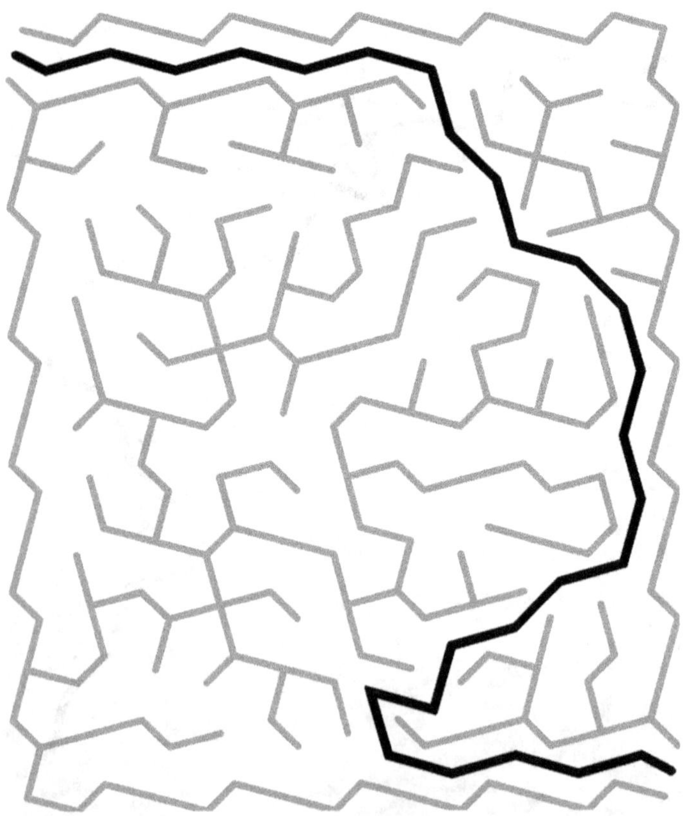

Trang 162

Trang 163

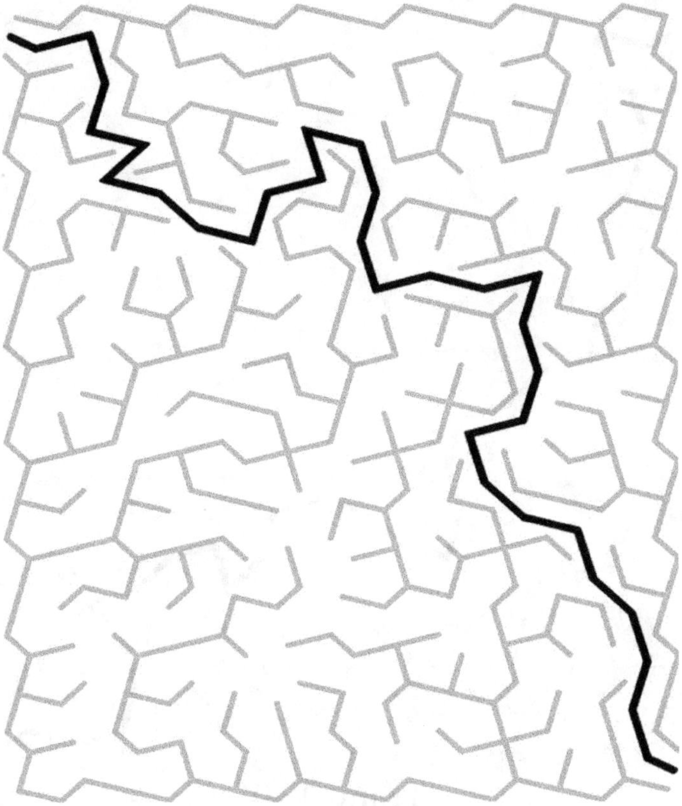

Trang 164

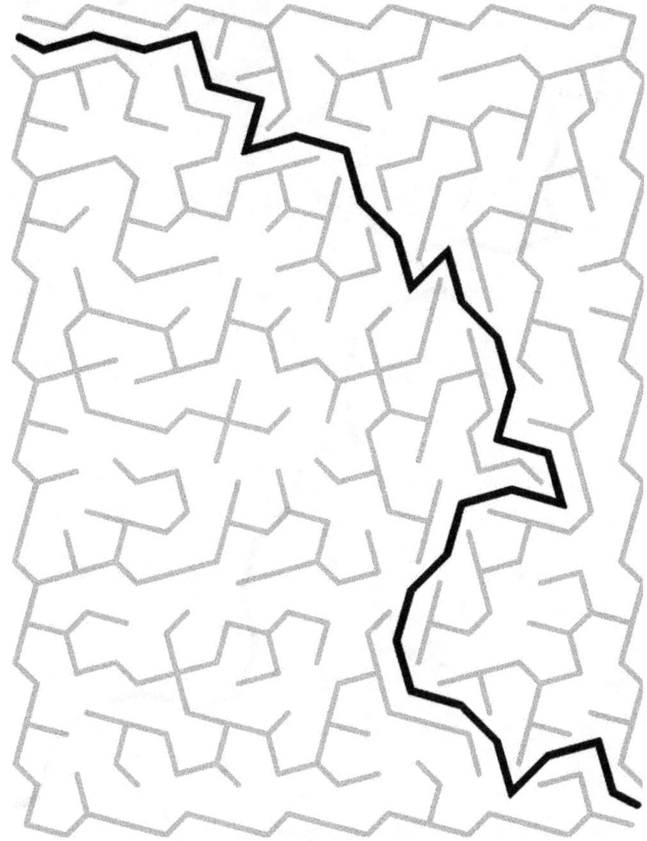

Trang 165

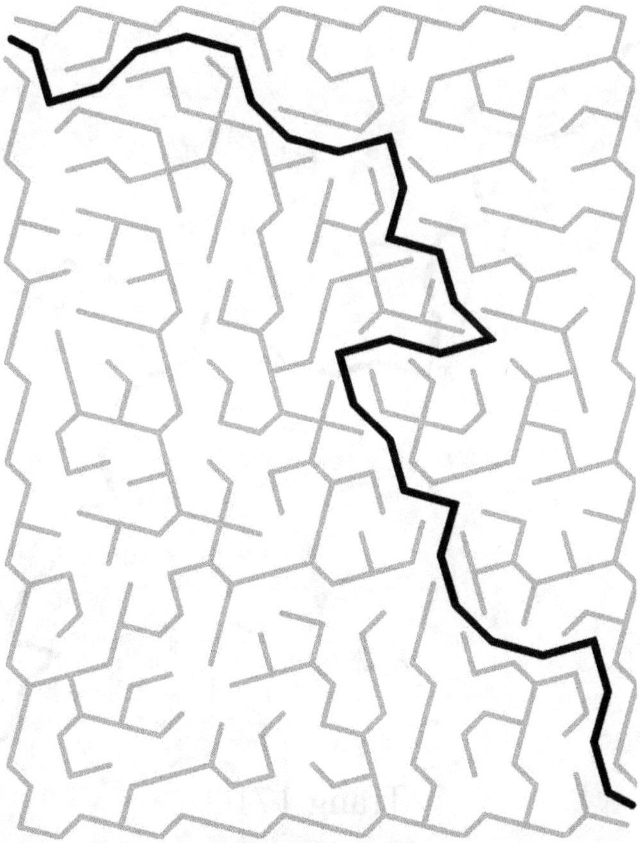

Trang 166

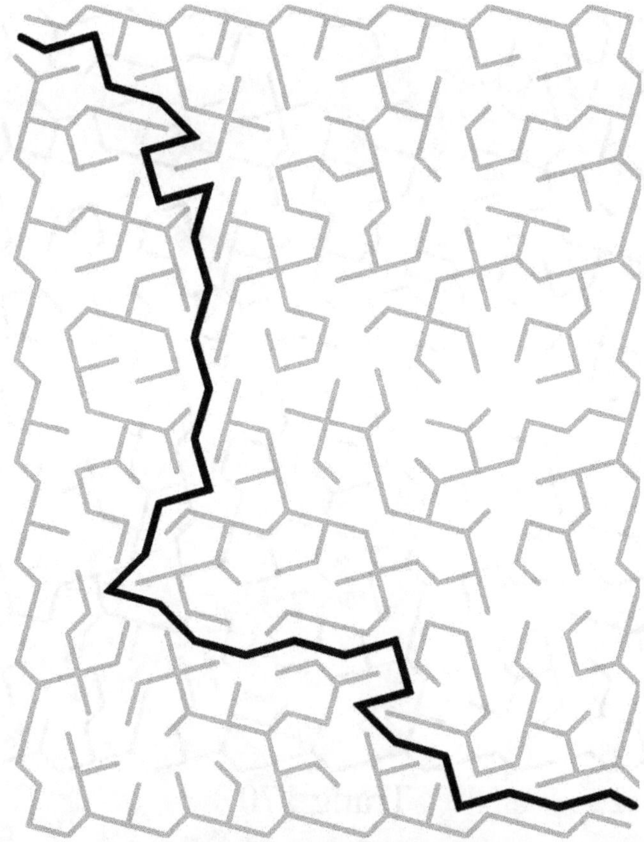

Trang 167

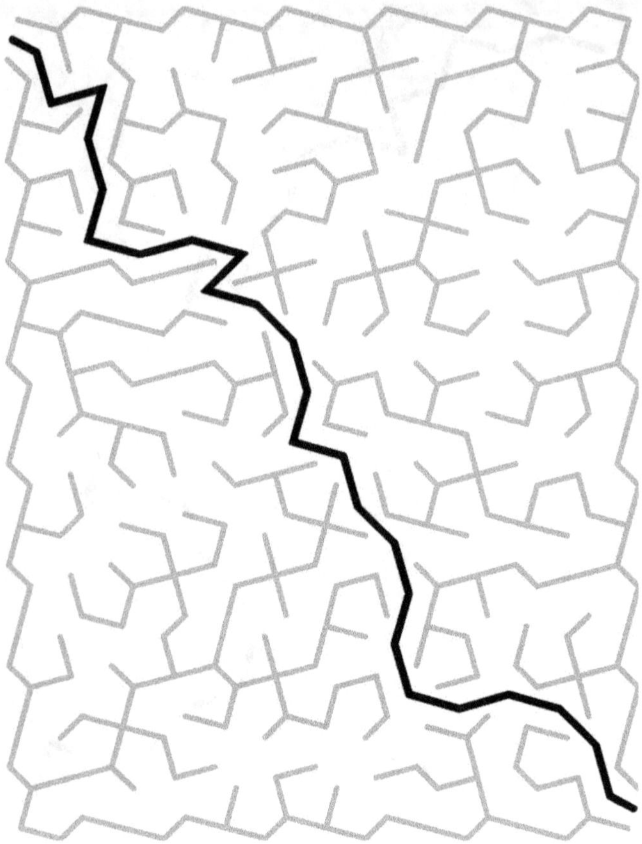

Trang 168

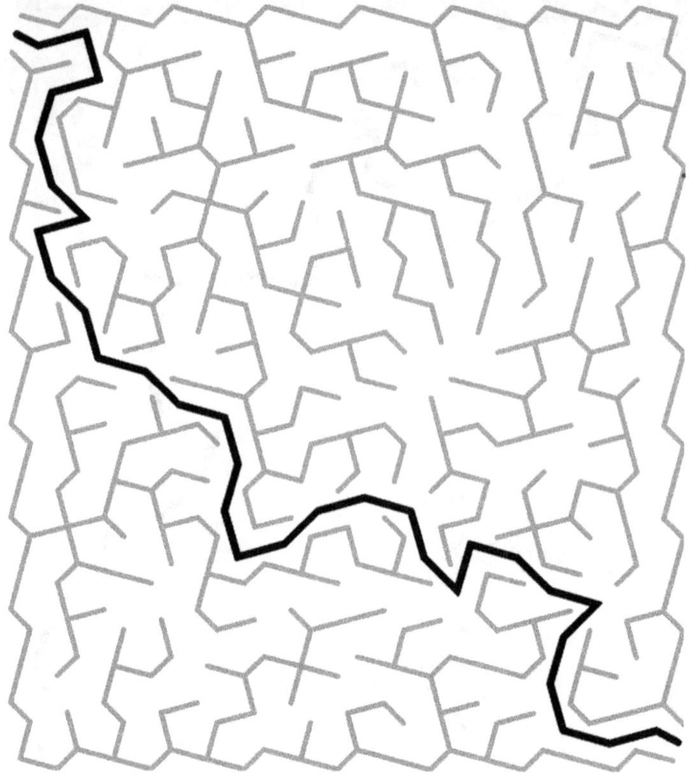

Trang 169

Trang 170

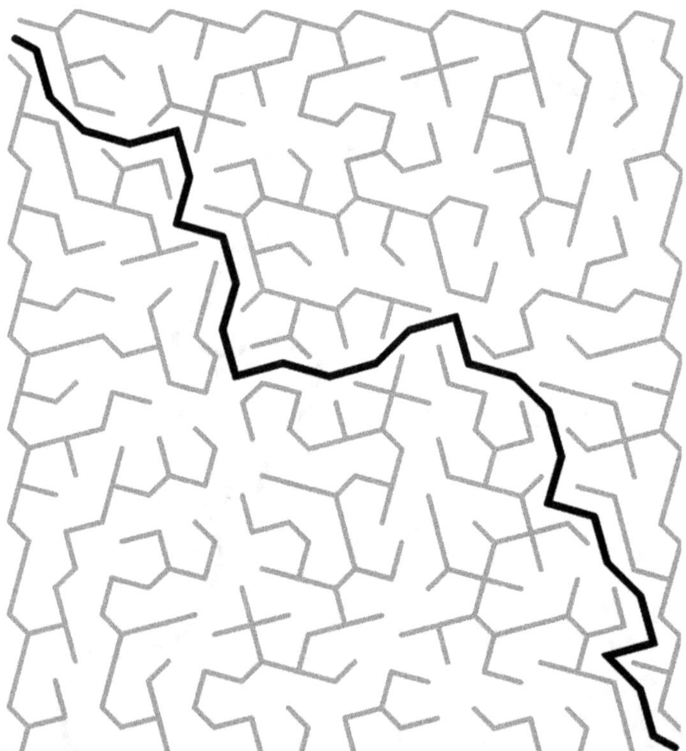

Trang 171

Trang 172

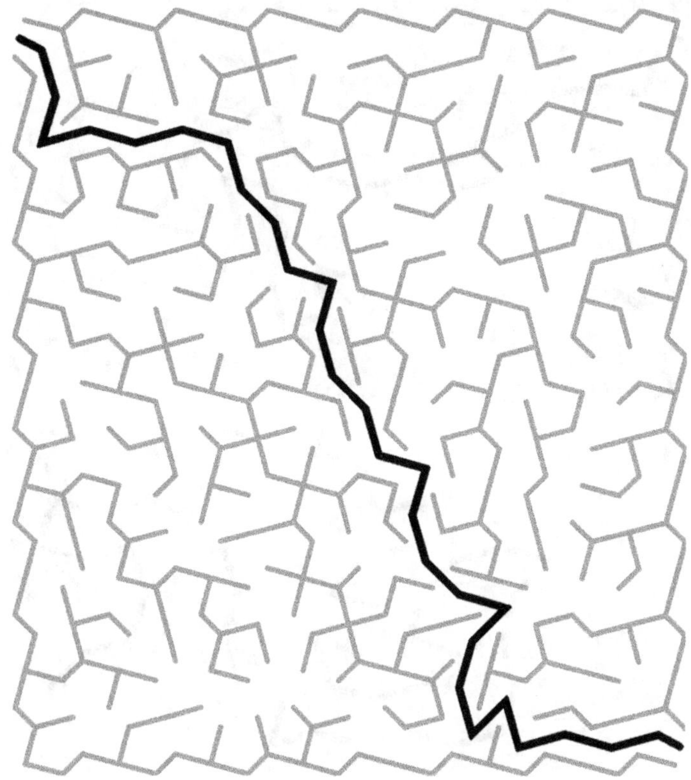
Trang 173

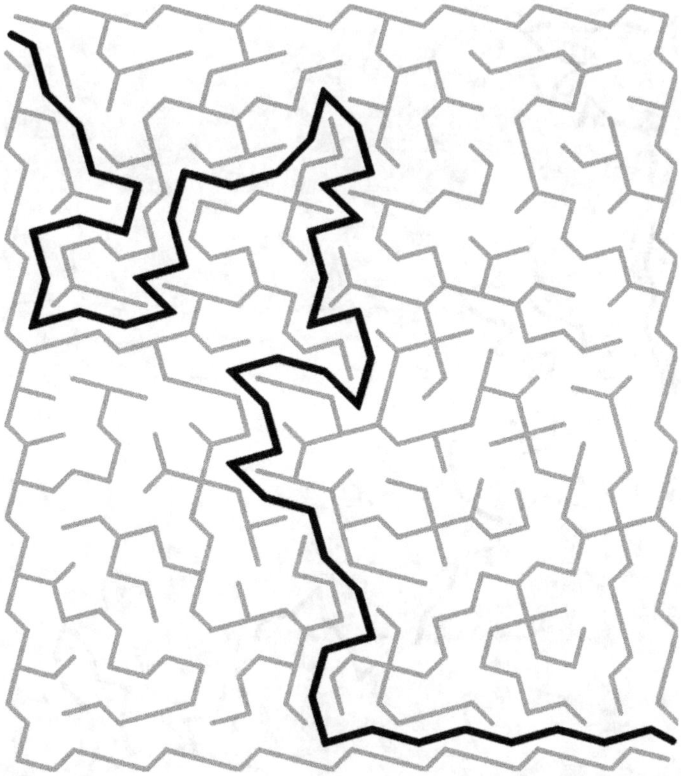
Trang 174

Trang 175

Trang 176

Trang 177

Trang 178

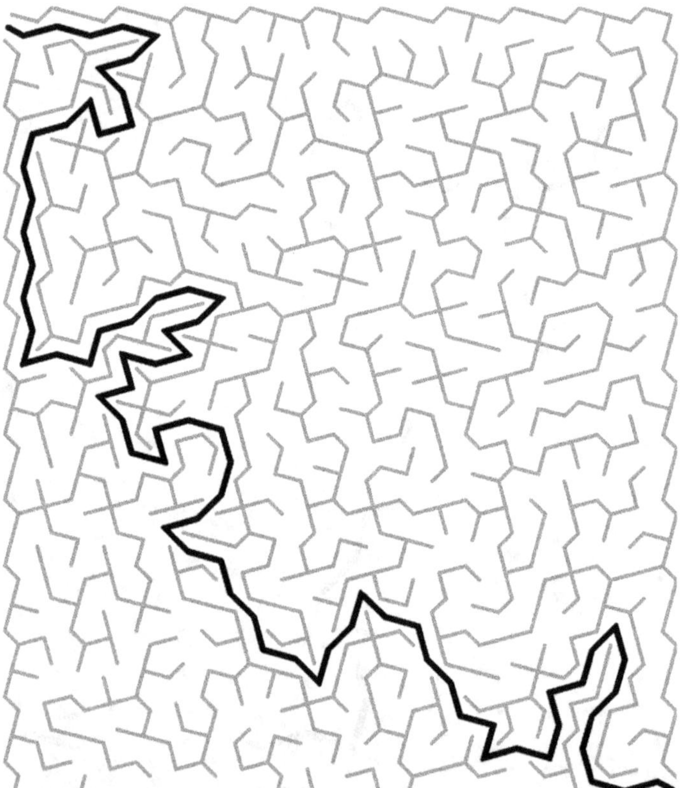

Trang 179

Trang 180

Trang 181

Trang 182

Trang 183

Trang 184

Trang 185

Trang 186

Trang 187

Trang 188

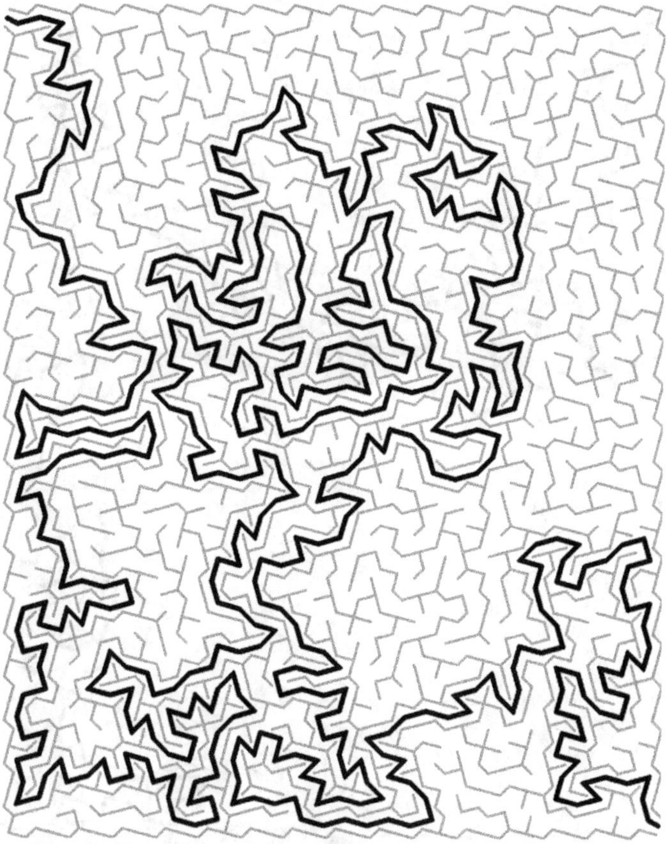

Trang 189

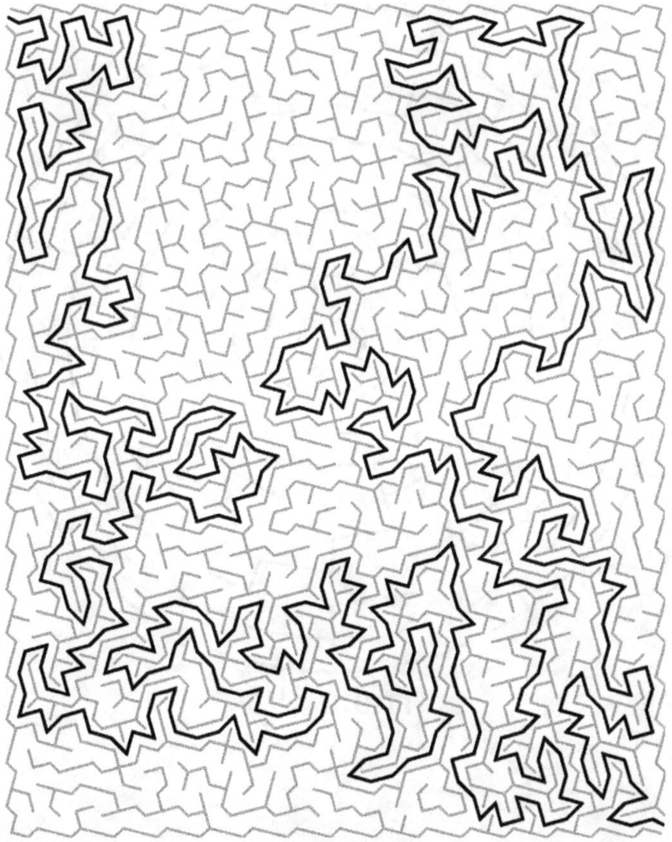

Trang 190

Trang 191

Trang 192

Trang 193

Trang 194

Trang 195

Trang 196

Trang 197

Trang 198

Trang 199

Trang 200

Trang 201

Trang 202

Trang 203

Trang 204

Trang 205

Trang 206

Trang 207

Trang 208

Trang 209

Trang 210

Trang 211

Trang 212

Trang 213

Trang 214

Trang 215

Trang 216

Trang 217

Trang 218

Trang 219

Trang 220

Trang 221

Trang 222

Trang 223

Trang 224

Trang 225

Trang 226

Trang 227

Trang 228

Trang 229

Trang 230

Trang 231

Trang 232

Trang 233

Trang 234

Trang 235

Trang 236

Trang 237

Trang 238

Trang 239

Trang 240

Trang 241

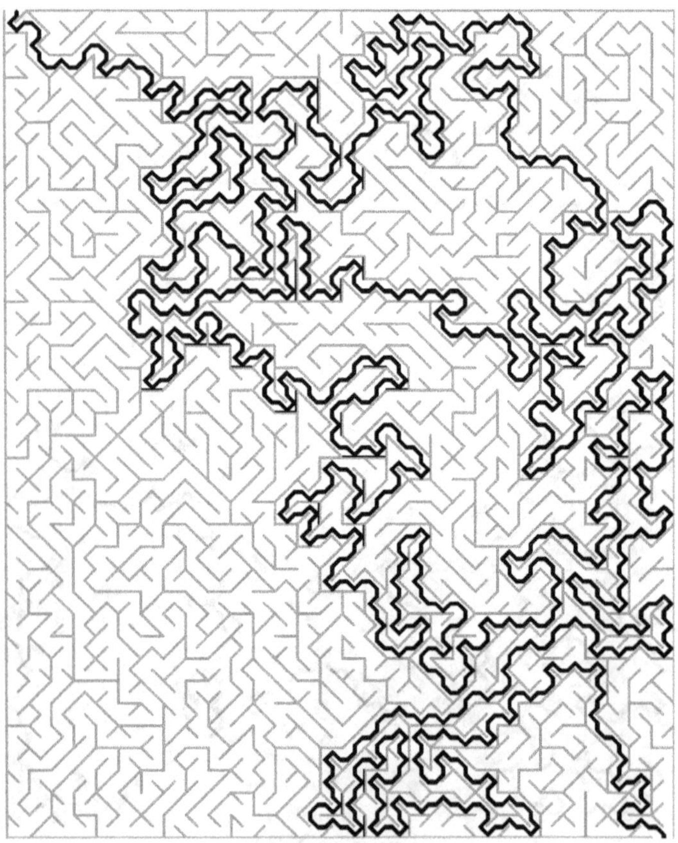
Trang 242

Trang 243

Trang 244

Trang Tiêu Đề

www.ingramcontent.com/pod-product-compliance
Lightning Source LLC
LaVergne TN
LVHW080929071026
849535LV00013B/4146